Know Yoga Know Peace
No Yoga no Peace.

•

Deformity of Body and deformity of mind are related and
deformity of mind can be Treated by Yoga.
Asana's, Pranayam and Meditation removing deformity of Body.

યોગ ચેતના

લેખક : યોગાચાર્ય દિલીપ ધોળકિયા

પ્રાપ્તિસ્થાન

નવભારત સાહિત્ય મંદિર

જૈન દેરાસર પાસે, ગાંધી રોડ	૨૦૨, પેલિકન હાઉસ	૧૩૪, પ્રિન્સેસ સ્ટ્રીટ
અમદાવાદ : ૩૮૦ ૦૦૧	આશ્રમ રોડ, અમદાવાદ : ૩૮૦ ૦૦૯	મુંબઈ : ૪૦૦ ૦૦૨

બુક શેલ્ફ

૧૬, સિટી સેન્ટર, સ્વસ્તિક ચાર રસ્તા પાસે, સી.જી.રોડ
નવરંગપુરા, અમદાવાદ : ૩૮૦ ૦૦૯
E-mail : info@navbharatonline.com
Web : www.navbharatonline.com

યોગ ચેતના

by Yogacharya Dilip Dholakia
Navbharat Sahitya Mandir, Ahmedabad, 2012

પ્રથમ સંસ્કરણ : એપ્રિલ, ૨૦૦૮
દ્વિતીય સંવર્ધિત આવૃત્તિ : ૨૦૧૨

₹ : ૨૫૦/-

પ્રકાશક
મહેન્દ્ર પી. શાહ
નવભારત સાહિત્ય મંદિર
દેરાસર પાસે, ગાંધી રોડ, અમદાવાદ : ૩૮૦ ૦૦૧
ટેલિ. : (૦૭૯) ૨૨૧૩૨૯૨૧, ૨૨૧૩૯૨૫૩
E-mail : info@navbharatonline.com, Web : www.navbharatonline.com

મુદ્રક :
યશ પ્રિન્ટર્સ, અમદાવાદ

ભેટ આપવા માટે ઉત્તમ

તમે તમારા સગાં-સંબંધીઓને, મિત્રોને, લગ્નપ્રસંગે, જન્મદિન નિમિત્તે, કોઈની યાદમાં અને બીજા ઘણા પ્રસંગોએ જે ચીજવસ્તુ ભેટ આપો છે તે લગભગ નાશવંત હોય છે. આ પુસ્તક ભેટ આપવાથી આપ તેમને સ્વાસ્થ્ય સાથે માનસિક, સામાજિક અને આધ્યાત્મિક ઉન્નતિમાં મદદરૂપ બનો છો. પુસ્તક તેમની આવનારી પેઢી માટે પણ આદર્શ બની રહેશે આપની તેમના પ્રત્યેની શુભેચ્છાઓને સાકાર અને સાર્થક કરશે.

આ પુસ્તક આપનું 'યોગ' સાથે જોડાણ થાય જે વિદ્યા આપણી પરંપરા છે. આપણા ઋષિમુનિઓની માનવજાતિને ઉત્તમ ભેટ છે.

આપની આપના સગાં-સંબંધીઓ અને મિત્રવર્તુળની શારીરિક, માનસિક, સામાજિક અને આધ્યાત્મિક ઉન્નતિ બક્ષે તેવી શુભભાવના સાથે અર્પણ......

આપનો સ્નેહી.....

આ પુસ્તકમાં આપને મળશે...

૧. શ્રી પતંજલિમુનિનાં યોગસૂત્રો
૨. બે યોગસૂત્રોનું અર્થઘટન
૩. આસન; પ્રાણાયામ, ધ્યાન, શુદ્ધિક્રિયાઓ અને મુદ્રાઓ શા માટે? કેવી રીતે? તેના લાભ અને ધ્યાનમાં રાખવાના મુદ્દાઓ
૪. (૧૪૭) યોગાસનોના કલર ચિત્ર, યોગાસન કરવાની રીત, લાભ અને સાવધાની સાથે...
૫. (૧૦) પ્રકારના પ્રાણાયામ - રીત લાભ સાથે...
૬. (૬) પ્રકારની શુદ્ધિક્રિયાઓ વિસ્તૃત વિવરણ સાથે...
૭. ધ્યાન
૮. (૧૫) મુદ્રાઓ ચિત્ર સાથે કરવાની રીત અને ફાયદા સાથે...
૯. નાભિ વિજ્ઞાન (નવી પેઢી માટે નવું છતાં આપણી ભારતીય સંસ્કૃતિનું જૂનું વિજ્ઞાન)
૧૦. અલગ અલગ (૧૨) પ્રકારના રોગોમાં ફાયદાકારક આસનો, શુદ્ધિક્રિયાઓ, પ્રાણાયામ અને મુદ્રાઓ

સમર્પણ

પરમ વંદનીય માતુશ્રી નિર્મળાબહેનને મારા પિતાશ્રી લાલજીભાઈનો સ્વર્ગવાસ થવાથી ખૂબ નાની ઉંમરે વૈધવ્ય આવ્યું. ઘણી ઘણી વિકટ પરિસ્થિતિમાં જેઓએ અમને પાંચ ભાઈબહેનોને ક્યારેય પિતૃપ્રેમ કે માતૃપ્રેમની ઊણપ ન આવવા દીધી.

જેમના દ્વારા અમને ઉચ્ચ સંસ્કાર અને યૌગિક જીવન વારસામાં મળ્યું.

હાલ ૮૦ વર્ષની ઉંમરે પણ ખૂબ કાર્યરત અને સ્વસ્થ જીવન જીવી રહ્યાં છે. નિયમિત યોગાભ્યાસ કરે છે અને અમોને સતત પ્રેરણા આપી રહ્યાં છે.

તેવા પરમ વંદનીય માતુશ્રી નિર્મળાબહેનને પુસ્તક અર્પણ કરતાં ખૂબ જ આનંદની લાગણી અનુભવી રહ્યો છું. વિશેષ ઘણા બધા સાધકો દ્વારા પુસ્તક લખવા માટેની પ્રેરણા મળેલી તેઓને હું કેમ ભૂલી શકું.

આમુખ

શ્રી દિલીપભાઈ ધોળકિયા લિખિત પુસ્તક 'યોગ ચેતના'ની હસ્તલિખિત પ્રત વાંચવાનું મને સૌભાગ્ય પ્રાપ્ત થયેલ છે. યોગનું જે વિશાળ જ્ઞાન છે તેમાંથી હાલ જે રીતે યોગનો ઉપયોગ થઈ રહ્યો છે તે માત્ર પાશેરામાં પુણી જેટલો જ છે. યોગના વિજ્ઞાનની સાચી સમજનો અભાવ વિપુલમાત્રામાં છે. આ અભાવને ઘણે અંશે દૂર કરવામાં **'યોગ ચેતના'** પુસ્તક મહત્ત્વનો ફાળો આપશે તે ચોક્કસ વાત છે.

યોગવિદ્યા ભારતીય સંસ્કૃતિની મોટામાં મોટી ધરોહર છે. સમગ્ર વિશ્વમાં સુખ, શાંતિ અને આરોગ્યમય જીવન પ્રવર્તિત કરવાની તેનામાં તાકાત છે.

આજે માત્ર અમેરિકામાં ૧ કરોડ ૫૦ લાખ લોકો આસન પ્રાણાયામનો નિયમિત અભ્યાસ કરે છે. પરંતુ 'યોગ' એ માત્ર આસન, પ્રાણાયામ જ નથી પરંતુ જીવન જીવવાની સાચી કળા છે. આ કળાને અપનાવવાનું ફળ છે સુખ, શાંતિ, સમૃદ્ધિ, આરોગ્ય અને અંતરનો સાચો આનંદ. **'યોગ ચેતના'** પુસ્તક આ દૃષ્ટિએ યોગની સમગ્ર પરિભાષાને ધ્યાનમાં લઈને લખવામાં આવ્યું છે જે ખૂબ જ આનંદની વાત છે. શ્રી દિલીપભાઈને હું કેટલાય સમયથી ઓળખું છું. તેઓ પોતે નખશીખ યોગના અભ્યાસી છે. તેમ કહું તો ખોટું નથી. યોગનો અભ્યાસ શીખવવાની તેમની રીત ખૂબ જ અદ્ભુત છે. તેમની આ કળાનો લાભ બૃહદ્ સમાજ સુધી પહોંચાડવાના હેતુથી તેઓશ્રીએ આ પુસ્તક લખેલ છે તે માટે હું તેમને અભિનંદન પાઠવું છું. ઈશ્વર તેમને ઉત્તરોત્તર વધુ ને વધુ ઉન્નતિ તરફ લઈ જાય તેવી પ્રાર્થના કરું છું. હરિ ૐ

હસમુખ અઢિયા
આઈ.એ.એસ. અગ્રસચિવ,
શિક્ષણ વિભાગ, ગુજરાત સરકાર.

મહામુનિ પતંજલિ

પ્રાર્થના

યોગેન ચિત્તસ્ય પદેન વાચામ્
મલમ્ શરીરસ્ય ચ વૈદ્યકેન
યોપાકરોત્તમ્ પ્રવરમ્ મુનિનામ્
પતંજલિમ્ પ્રાંજલીંરાનતોસ્મિ

ભાવાર્થ : યોગવિદ્યાથી મનના, સુભાષિતોથી વાણીના અને વૈદક વિદ્યાથી શરીરના મળોને દૂર કરનાર મુનિઓમાં શ્રેષ્ઠ શ્રી પતંજલિ મુનીને બે હાથ જોડી મસ્તક નમાવી પ્રણામ કરું છું.

ૐ સહનાવવતુ । સહનૌ ભુનક્તુ । સહવીર્યં
કરવા વહૈ । તેજસ્વીનાવધીતમસ્તુ ।
મા વિદ્વિષા વહૈ ।
ૐ શાંતિ... શાંતિ... શાંતિ...

ભાવાર્થ : ૐ તે પરમાત્મા આપણા બેઉનું રક્ષણ કરે, આપણા બેઉનું પોષણ કરે, આપણે બેઉ (ગુરુ-શિષ્ય) સાથે પુરુષાર્થ કરીએ, આપણું ભણતર તેજસ્વી થાય અને આપણે એકબીજાનો દ્વેષ ન કરીએ. ૐ શાંતિ... શાંતિ... શાંતિ...

લેખકનો પરિચય

શ્રી દિલીપ ધોળકિયાનો જન્મ સૌરાષ્ટ્રમાં સુરેન્દ્રનગર જિલ્લાના સાયલા (ભગતનું ગામ)માં તા.૨૦-૦૫-૧૯૬૦ના રોજ થયો. તેમણે શિક્ષણ સાયલામાં જ લીધું. છેલ્લાં ઘણાં વર્ષોથી અમદાવાદ (થલતેજ)ને કર્મભૂમિ બનાવેલ છે. છેલ્લાં ઘણાં વર્ષોથી યોગનો નિરંતર અભ્યાસ કરી જ્ઞાનનો અનુભવ કર્યો.

વસંત નેચર ક્યોર હૉસ્પિટલ ટ્રસ્ટ જે થલતેજ વિસ્તારમાં યોગ અને નેચરોપથીની હૉસ્પિટલ (આરોગ્યધામ) છે. વસંત નેચર ક્યોર ઘણાં વર્ષોથી આઉટડોર (પોતાના સંકુલની બહાર) યોગ શિબિરો વિના મૂલ્યે ચલાવે છે તે યોગ શિબિરોનું દિલીપભાઈએ સફળતાપૂર્વક સંચાલન કર્યું હતું.

પછી તેઓ બે વર્ષ 'આદર્શ અમદાવાદ' જે અમદાવાદને એક આદર્શ અમદાવાદ બનાવવાના પ્રયત્નો કરતી સંસ્થા છે, તેમાં 'યોગ નિયામક' તરીકે સેવા આપી હતી. એક વર્ષ સુધી તેઓ નવરંગપુરામાં કૉમર્સ કૉલેજ છ રસ્તા પાસે આવેલ 'ઈશ્વરભુવન'માં આદર્શ અમદાવાદ દ્વારા વિના મૂલ્યે યોગના ત્રણ ક્લાસ (સવારે બે અને સાંજે એક) નિયમિત રૂપે ચલાવ્યા. જેમાં વર્ષ દરમ્યાન ત્રણેય ક્લાસમાં સાધકોની સંખ્યા રેગ્યુલર રહી હતી. જેની ફળશ્રુતી સારી રહી.

આદર્શ અમદાવાદ દ્વારા 'યોગ ટીચર્સ ટ્રેનિંગ' કાર્યક્રમની ગોઠવણ કરવામાં આવી જેમાં યોગ ટીચર્સ ટ્રેનિંગનો અભ્યાસક્રમ તૈયાર કરી તેને લગતું પુસ્તક તૈયાર કરી અને તેનું સંચાલન પણ દિલીપભાઈએ ખૂબ જ સરસ રીતે કર્યું. આ કાર્યક્રમમાં કુલ મળીને ચાર બેચમાં ૭૫ની સંખ્યામાં યોગ શિક્ષકો તૈયાર કર્યા. તેમાં યુવકો, તબીબો, એન્જિનિયર્સ, વેપારીઓ, ગૃહિણીઓ, વકીલો, આર્ટીસ્ટો, કૉલેજના પ્રાધ્યાપકો વગેરેનો સમાવેશ થાય છે. પછીથી આઈ. જે. વિદ્યાવિહાર ટ્રસ્ટ (ઈશ્વરભુવન, નવરંગપુરા, અમદાવાદ) સંચાલિત સ્વામી

વિવેકાનંદ યોગ અનુસંધાન સંસ્થાન (SVYASA) બેંગલોરના એફિલેશન સાથે અને (SVYASA) ના સર્ટિફિકેટ સાથેના યોગ ફાઉન્ડેશન કોર્ષના યોગાચાર્ય તરીકે કામ કરીને કુલ બે બેચમાં ૫૩ જેટલા યોગ શિક્ષકો તૈયાર કર્યા.

અમદાવાદમાં અનેક પ્રતિષ્ઠિત સંસ્થાઓ જેવી કે કર્ણાવતી ક્લબ(એસ. જી. રોડ), સ્પોર્ટ્સ ક્લબ (સ્ટેડિયમ), શ્રી બી. ડી. રાવ હૉલ (ભૂયંગદેવ), સીમા હૉલ (સેટેલાઈટ), ઓડિટ ભવન (નવરંગપુરા), રોયલ એન્ક્લેવ (થલતેજ), અધ્યાત્મ વિદ્યામંદિર (થલતેજ), એલ. ડી. એન્જિ. કૉલેજ (યુનિવર્સીટી), ઈશ્વરભુવન (નવરંગપુરા), મગનવાડી (સેટેલાઈટ), ચંપકનગર ઉપાશ્રય (વાડજ), ઘાસીરામ ચૌધરી ભવન (શાહીબાગ), રિઝર્વ બૅન્ક ઑફ ઈન્ડિયા(આશ્રમ રોડ, અમદાવાદ) અને બીજાં અનેક સ્થળોએ દિલીપભાઈએ યોગની શિબિરોનું સફળ સંચાલન કર્યું અને પછી ત્યાં યોગનાં કેન્દ્રો પણ ચલાવ્યાં. તેમની પંદર દિવસની શિબિરોના અંતિમ દિવસે શિબિરાર્થીઓના જે પ્રતિભાવો આવતા, તે પ્રતિભાવ એટલા સુંદર હોય કે એક સુખદ આશ્ચર્ય અનુભવાય કે પંદર કલાક આસન, પ્રાણાયામ, ધ્યાનથી આટલા બધા ફાયદા થાય ? કદાચ તે પ્રતિભાવો, તેમની ક્લાસ લેવાની એક મૌલિક રીત અને ઉમદા ભાવનાને આભારી હોઈ શકે.

છેલ્લે તેઓ કૉર્પોરેટ સેક્ટર (આદિત્ય બિરલા ગ્રુપની) કંપની બિરલા સેલ્યુલોઝ - ખરચ - કોસંબા ડિસ્ટ્રિક્ટ - ભરૂચમાં એક મહિનાની અને ટોરેન્ટ પાવર લિમિટેડ - આખા ખોલ છાલા રોડ, પોસ્ટ કરજણ, તા. કામરેજ, જિ. સુરતમાં પંદર દિવસની યોગ શિબિર ઑફિસ સ્ટાફ માટે લીધી હતી. જેમાં 'યોગ'ની મૅનેજમૅન્ટ પર શું અસર થાય છે તેવું રિસર્ચ વર્ક કર્યું અને પરિણામથી સાબિત થયું કે મૅનેજમૅન્ટ પર યોગની ખૂબ સુંદર 'પૉઝિટિવ' અસર થાય છે.

હિતેન વસંત
ડાયરેક્ટર, વસંત ગ્રુપ

આઈ. જે. વિદ્યાવિહાર ટ્રસ્ટ સંચાલિત. ઈશ્વરભુવન(નવરંગપુરા, અમદાવાદ)માં સ્વામી વિવેકાનંદ યોગ અનુસંધાન સંસ્થાન(SVYASA)ના યોગ ફાઉન્ડેશન કોર્સ (Y.F.C.) ની પ્રથમ બેચના યોગશિક્ષકોને સર્ટિફિકેટ વિતરણ પ્રસંગની તસ્વીરો. મુખ્ય મહેમાન : શ્રી હસમુખભાઈ અઢિયા

૧. શ્રીમતી જ્યોતિબહેન માંકડ
     યોગથેરાપીસ્ટ

૨. શ્રી હસમુખભાઈ અઢિયા
     I.A.S. અગ્રસચિવ,
     શિક્ષણ વિભાગ, ગુજરાત સરકાર

૩. શ્રી ભરતભાઈ શાહ
     કન્વેનર-આદર્શ અમદાવાદ

૪. શ્રી દિલીપભાઈ ધોળકિયા
     યોગાચાર્ય

પટેલ મીનાબહેન પ્રવીણભાઈ
૨-એ, મોતીરામ ભીખાભાઈ કૉલોની,
નટુભાઈ ઍપાર્ટમૅન્ટ સામે,
શારદા હાઈસ્કૂલની ગલીમાં,
નવરંગપુરા, અમદાવાદ.
ફોન : ૨૬૫૬૧૧૬૪
૨૬૪૩૦૭૦૯

યોગથી કેન્સર પણ મટી શકે છે...

માનનીય શ્રી દિલીપભાઈ ધોળકિયાને મારા શત શત પ્રણામ.

લગભગ એકાદ વર્ષ પહેલા જ્યારે મારી શારીરિક, માનસિક તંદુરસ્તી ખૂબ જ ખરાબ હતી. મેં કેન્સરનું ઑપરેશન કરાવેલ જેમાં મારા ગર્ભાશયનાં ચાર અંગો કાઢી નાખેલ અને ત્યાર બાદ રેડિયેશન થેરાપીની સારવાર લીધી હતી. રેડિયેશનને લીધે મારા આંતરડામાં ચાંદા પડી ગયા હતા અને સંડાસ વાટે ખૂબ જ લોહી પડતું હતું.

આવા સમયમાં સંજોગવશાત્ મને (ઈશ્વરભુવન, નવરંગપુરા, અમદાવાદ)માં જ્યાં દિલીપભાઈ યોગની શિબિરો અને યોગના શિક્ષકો તૈયાર કરે છે ત્યાં શ્રી દિલીપભાઈનો પરિચય થયો. તેઓએ મને યોગ (આસન-પ્રાણાયામ ધ્યાન) કરવાની સલાહ આપી. તે સમયમાં જ શ્રી દિલીપભાઈની યોગશિબિર શરૂ થવાની હતી. મેં ફૉર્મ ભરી દીધું અને તેઓશ્રીના સાંનિધ્યમાં મેં યોગનો અભ્યાસ શરૂ કર્યો. તે સમયમાં મારી સ્થિતિ આસનો કરી શકું તેવી તો ન હતી, પરંતુ શ્રી દિલીપભાઈનું પહેલા દિવસનું યોગ વિશેનું પ્રવચન સાંભળી મને ખૂબ જ પ્રોત્સાહન મળેલું. દિલીપભાઈના શબ્દોએ મારા મનને ખૂબ જ મજબૂત કર્યું અને જીવનની એક નવી દિશા મળી.

દિલીપભાઈનાં અદ્‌ભુત, શવાસન (ધ્યાન) અને પ્રાણાયામથી ધીમે ધીમે મેં શરૂઆત કરી. શવાસનના શબ્દો એ જ મને

જીવન જીવવાની કળા શીખવી. જીવનમાં ઉત્સાહ વધ્યો, બાકી કૅન્સર એટલે મોતનું સમન્સ.

મારો યોગનો અભ્યાસ ચાલુ જ હતો સાથે સાથે કૅન્સર સર્જન ડૉ. શૈલેષભાઈ તલાટીએ પણ મને યોગનો અભ્યાસ ચાલુ રાખવા પ્રેરણા આપી. અભ્યાસ ચાલુ હતો અને સોનોગ્રાફી, સીટીસ્કેન, કોલોનોસ્કોપી કરાવ્યા. રિપોર્ટ આવ્યો આંતરડામાં ગાંઠ છે. ફરી હું માનસિક રીતે ભાંગી પડી. હવે શું કરવું...

ફરી શ્રી દિલીપભાઈ સાથે વાત થઈ કે આ પ્રમાણે રિપોર્ટ આવ્યો છે. શું કરવું ? દિલીપભાઈએ ખૂબ આશ્વાસન આપ્યું અને કહ્યું : તમે યોગનો અભ્યાસ ચાલુ જ રાખો. બધું સારું થશે. દિલીપભાઈના શબ્દોએ ફરી મારો ઉત્સાહ વધાર્યો, સાંત્વના મળી. અભ્યાસ ચાલુ જ રાખ્યો. સમય વીતતો ગયો. અમુક સમય પછી મારા ઘરના સભ્યોએ નક્કી કર્યું કે આંતરડાનું ઑપરેશન કરાવવું. તારીખ પણ નક્કી થઈ ગઈ. આ દરમ્યાન યોગનો અભ્યાસ તો ચાલુ જ હતો. મને ઘણું સારું પણ લાગતું હતું.

ઑપરેશન કરાવતા પહેલાં ગાંઠ ચોક્કસ કેટલા ઈંચની છે અને તેની ચોક્કસ જગ્યા માટે ડૉ. ખેસકાનીને ત્યાં ફરી સોનોગ્રાફી અને કોલોનોસ્કોપી કરાવ્યા. ડૉ. ખેસકાનીએ રિપોર્ટ આપ્યો કે બહેન તમારી ગાંઠ અત્યારે છે જ નહીં.

ઘરના સભ્યો, સગાવહાલા, મિત્ર-વર્તુળ અને મારા આનંદનો પાર ન રહ્યો.

આ બધાં જ આનંદનો યશ શ્રી દિલીપભાઈ ધોળકિયાને તેમની યોગની જાણકારી અને યોગને ફાળે જાય છે.

ફરી ફરી શ્રી દિલીપભાઈ ધોળકિયાને મારા શતશત પ્રણામ.

મારું ચોક્કસ માનવું છે મારી ગાંઠ અને આંતરડામાંથી પડતું લોહી ફક્ત અને ફક્ત યોગના અભ્યાસથી જ દૂર થયું. છેલ્લે એક જ વાત કહીશ કે યોગના અભ્યાસથી હું ખૂબ જ સ્વસ્થ છું. સારી રીતે ખોરાક લઈ શકું છું અને યોગનો અભ્યાસ નિયમિત કરું છું. આ સાથે મારું નામ, એડ્રેસ અને ફોન નંબર અને ફોટો પણ આપેલો છે. કોઈને પણ આ વિષય પર વાત કરવી હોય, સલાહ જોઈતી હોય તો ચોક્કસ સંપર્ક કરે.

Raksha Bharadia

Author – Me A handbook for life
(Rupa & Co)
Frilance writer for Femina,
Gurlz and Times of India
20, Amrashirish Bungalows
Prahladnagar, Ahmedabad 380051
Tel No. 26922471

I have been practicing Yoga since eight years now and have learnt the aasnas, pranayama and meditation through a series of teachers in Kolkata, Mumbai and Ahmedabad. But my experience of Yoga under sir Dilipbhai was of a completely different and elevating nature. He always insisted in trying to reach a state where the end stage of the asana becomes as easy as shaavasaan, which I thought was impossible... until I experienced it myself. Under the expert guidance of Dilipbhai I could actually stretch and loosen my body at the same time and could feel at complete easy even in a difficult posture like Paschimottasaan. Even Pranyaama takes on a different tune, I feel at one with the rhythm of the universe and many a times I have lost myself in my shvaas!

Besides there has been a great improvement in the overall well being in my day-today life. I have been a borderline Diabetic and have noticed a definite dip in my sugar levels after the one hour session with Dilipbhai. He distresses not only during the one hour but somehow the effect carries on for almost through the day. I feel more calm, energetic and positive.

Moreover I am addicted to Yoga now. Being a person of strong will I had always convinced myself to do my one hour practice everyday, but under him I do not need to have this battle of will...I anxiously await his arrival every morning!!!

I truly feel that Yoga changes one's life but with a guru like Dilipbhai one can very well experiences the bliss of peace, well being and positive force and enjoy its returns for the rest of the day and life!

ડૉક્ટર જ્યોતિ માંકડ (M.B.B.S.)

યોગથેરાપીસ્ટ
(SVYASA. BANGLORE)
સી-૧, પાયલ ઍપાર્ટમૅન્ટ, સી. જી. રોડ
(Resi.) 079-26448267

આઈ. જે. વિદ્યાવિહાર ટ્રસ્ટ સંચાલિત (ઈશ્વરભુવન, નવરંગપુરા અમદાવાદ) સ્વામી વિવેકાનંદ યોગ અનુસંધાન સંસ્થાન (SVYASA) બેંગ્લોરના અભ્યાસક્રમ મુજબ અને (SVYASA)ના સર્ટિફિકેટ સાથે ચાલતો યોગ ફાઉન્ડેશન કોર્સ (Y.F.C.) જેમાં હું અને દિલીપભાઈ સાથે યોગની તાલીમ આપી રહ્યા છીએ. પહેલા આદર્શ અમદાવાદ દ્વારા ચાલતા યોગ ટીચર્સ ટ્રેનિંગમાં પણ અમે સાથે કામ કરતા હતા. અમે છેલ્લાં દોઢ વર્ષથી યોગના ક્ષેત્રમાં કામ કરીએ છીએ.

દિલીપભાઈનો પોતાનો યોગમાં ખૂબ ઊંડો અનુભવ છે. તેઓ ખરા અર્થમાં યોગી છે, નિખાલસતા, સાદાઈ અને સચ્ચાઈ તેમનાં આભૂષણો છે. યોગાચાર્ય તરીકે તેઓ ખૂબ જ સફળ રહ્યા છે જે તેમની શીખવવાની આગવી શૈલી, નિયમિતતા અને ગંભીરતાને આભારી છે.

દિલીપભાઈનો યોગનો ક્લાસ ભર્યા પછી જે શાંતિની અનુભૂતિ થાય છે તે તો તેમના ક્લાસ જેઓએ પણ ભરેલા હોય તે દરેક જાણે જ છે.

સદાય હસમુખા અને સરળ દિલીપભાઈ સાથે કામ કરવાની મને ખૂબ મઝા આવે છે.

દિલીપભાઈ અને તેમના ભવિષ્યના યોગના બધાં જ કામો ખૂબ સફળ થાય તેવી શુભેચ્છા. તેઓએ લખેલ પુસ્તક **'યોગ ચેતના'** ખૂબ વંચાય અને લોકોને લાભ મળે તેવી શુભ ભાવના.

ડૉ. શિરીષ એલ. નાયક
Gynaecologist
(સ્ત્રીરોગ અને પ્રસૂતિના નિષ્ણાત)
નર્મદા પ્રસૂતિગૃહ
બહાઈ સેન્ટર, શાહપુર, અમદાવાદ.
(H) 25602248 (R) 27682648
(M) 9327162979.

વર્ષોની યૌગિકયાત્રા, તપસ્યાનું અર્ક એનો સારાંશ એટલે શ્રી દિલીપભાઈ.

દિલીપભાઈ એટલે નિર્મળ, સરળ, નિષ્કપટી, પારદર્શક, યોગદર્શક, પ્રામાણિક અને બહુમુખી વ્યક્તિત્વ ધરાવતી વ્યક્તિ.

હું મારી જિંદગીમાં ઘણી મહાન (કહેવાતી) વ્યક્તિઓ અને વ્યક્તિત્વો ને મળેલ છું પણ જો કોઈનાથી પણ પ્રભાવિત થયો હોઉં કે પછી મને શાતા મળી હોય, સંતોષ મળેલ હોય તો તે દિલીપભાઈના સાંનિધ્યમાં...

જિંદગીમાં હું કોઈનો શિષ્ય થયો નથી કે પછી કોઈ ગુરુ મને પોતાનો કરી શકેલ નથી. પરંતુ એક દિલીપભાઈ જ એવા ગુરુ મળ્યા કે જેઓએ મને મનથી પોતાનો કરી લીધો છે કે પછી એમ કહી શકાય કે હું તેઓનો થઈ ગયો છું.

તેઓ મારા મિત્ર કરતાં ગુરુ વધારે છે તેથી જ્યારે હું તેઓના વિષે લખવા બેસું તો એક આખા પુસ્તકનું નિરૂપણ કરવું પડે.

હું તો એક તબીબ છું એટલે વધારે તો શું લખું પરંતુ એટલું તો જરૂર કહી શકું કે કોઈપણ શારીરિક-માનસિક તકલીફમાં યોગ જરૂરથી મદદરૂપ થાય છે.

દિલીપભાઈ કુદરતી ઉપચાર, એક્યુપ્રેશર, આયુર્વેદ તથા યોગ બધાનો સમન્વય છે.

પટેલ દશરથભાઈ પ્રહલાદભાઈ

ટ્રસ્ટી : શ્રી સ્વામિનારાયણ મંદિર, કાલુપુર,
૪, સર્વોદયનગર સોસાયટી,
ભુયંગદેવ ચાર રસ્તા પાસે,
સોલારોડ, અમદાવાદ-૩૮૦૦૬૧
(ઓ.) ૨૭૫૪૩૬૫૧-૫૨-૫૩
(રેહ.) ૨૭૪૭૫૫૮૬ (મો.) ૯૮૨૪૦૦૬૯૬૮

આજથી ચાર મહિના પહેલા એટલે કે તા. ૨૮-૦૯-૨૦૦૬ના રોજ મને શ્વાસ લેવામાં તકલીફ પડતી હતી. ડૉક્ટરને બતાવ્યું, એક્સ-રે લેવડાવ્યો અને ફેફસાંનો ટેસ્ટ કરાવ્યો તો રિપોર્ટ પ્રમાણે ફેફસાં વીક પડેલાં હતાં.

ડૉક્ટરે સલાહ આપી કે કોઈ સારા યોગના જાણકાર પાસે યોગના આસન-પ્રાણાયામનો અભ્યાસ કરો. યોગના સારા જાણકાર માટે તપાસ કરતાં દિલીપભાઈ ધોળકિયાનું નામ મળ્યું અને તેમનો સંપર્ક કર્યો. પછીથી તેઓ મારે ત્યાં આવ્યા અને તેમની ઉપસ્થિતિમાં યોગનો અભ્યાસ શરૂ કર્યો. નિયમિત દિલીપભાઈ આવતા હતા. અભ્યાસ ચાલુ હતો. મને પંદર દિવસ પછી સારું લાગવા માંડ્યું.

એક મહિના પછી એક્સ-રે પડાવ્યો અને ફેફસાંનો ટેસ્ટ કરાવ્યો. રિપોર્ટ ખૂબ જ સારો આવ્યો છતાં અભ્યાસ ચાલુ જ રાખ્યો. બે મહિના પછી ફરી રિપોર્ટ કઢાવ્યો તો મારાં ફેફસાં એકદમ નોર્મલ થઈ ગયાં હતાં. હાલમાં પણ રોજ નિયમિત યોગનો અભ્યાસ કરું છું.

કોઈપણ દવાથી અથવા ગમે તેટલા પૈસા ખર્ચવા છતાં આવું સારું પરિણામ મને ક્યારેય ન મળ્યું હોત. બધો જ યશ દિલીપભાઈને ફાળે. દિલીપભાઈની યોગ શીખવવાની પદ્ધતિ ખરેખર સરળ અને અદ્ભુત છે. યોગ વિશેની તેમની જાણકારી પણ ખૂબ જ સારી છે. તેમના સાંનિધ્યમાં કોઈ પણ વ્યક્તિને યોગનો અભ્યાસ કરવો અને શીખવો ગમે જ તેવી તેમની શૈલી છે.

આભાર, દિલીપભાઈ.

જાનકી હિતેન વસંત

ફાઉન્ડર ટ્રસ્ટી (સંવેદના)

નેશનલ ઈન્સ્ટીટ્યૂટ ઑફ લીડરશીપ

ઍન્ડ પબ્લિક એડમિનિસ્ટ્રેશનના ચેરપરશન

૧૮ કલાકના જાગતા અને ૬ કલાકના સૂતેલા એવા ૨૪ કલાકના આ કોલાહલમાં એક કલાક અલાયદો છે. એ શાંત છે. એ મારો એકલાનો છે, એ મારી સહુથી નજીક મને લઈ જનારો છે. એ એક ખાસ જાગૃતિ સાથે મને મારી અજાગૃત અવસ્થામાં આનંદમય ડૂબકી મરાવનાર છે. એ રોજનો એક કલાક મને શારીરિક તથા માનસિક સ્વસ્થતા તરફ લઈ જવા સમર્થ છે. એ એક કલાક, જાણે મારા જીવનનો રિમોટકંટ્રોલ મારા જમણા હાથમાં જ હોય તેવો આત્મવિશ્વાસ પ્રગટાવે છે. એની એ જ દુન્યવી પ્રવૃત્તિઓને માટે એક નવી દૃષ્ટિ, તાજગીભર્યો અભિગમ આપે છે.

એ એક કલાક એટલે શ્રી દિલીપભાઈ સાથેનો મારો યોગનો ક્લાસ. પહેલો વિચાર એમ આવે કે આ કલાક પૂરો જ ન થાય તો કેટલું સારું ! સમગ્ર જીવન એક યોગના ક્લાસ જેમ શાંત અને આહ્‌લાદક બની રહે.

પણ ના, એ એનો સાચો ઉદ્દેશ્ય નથી. યોગનો એક કલાક એ જ શીખવે છે કે દ્રષ્ટાભાવથી બાકીના વ્યસ્તતાના ૨૩ કલાકને પણ યોગમય કેવી રીતે બનાવવા.

આ થઈ મારી અંગત જાણકારી જે કોઈ મેડિકલ રિપોર્ટ ન આપી શકે. પણ એક ફેરફાર ત્યાંય નોંધાયો જે મેડિકલ રિપોર્ટ બતાવી શકે. મારા કોલેસ્ટ્રોલ લેવલમાં એલ.ડી.એલ.માં ઘટાડો થયો અને એચ.ડી.એલ.માં વધારો થયો.

દિલીપભાઈના જીવન જેવું જ સરળ અને છતાંય સ્પર્શી જાય તેવું આ પુસ્તક **'યોગ ચેતના'** સમાજમાં યોગ વિશે સાચું જ્ઞાન અને જાગૃતિ ફેલાવે એવી શ્રદ્ધા સાથે અભિનંદન.

અનુક્રમણિકા

યોગાસનો

પીઠ પર કરવાના આસનો

પેટ પર કરવાના આસનો

બેસીને કરવાના આસનો

ઊભા રહીને કરવાના આસનો

યોગ સૂત્રો

અથ યોગાનુશાસનમ ॥ (સમાધિપાદ-૧)

હવે યોગવિદ્યા વિશે આરંભ કરીએ ભગવાન પતંજલિએ (૧૯૫) યોગસૂત્રોમાં આખું યોગવિજ્ઞાન માનવજાતના કલ્યાણ માટે આપેલું છે.

જરૂર છે ફક્ત તેને સારી રીતે સમજવાની અને જીવનમાં અનુભવવાની.

ચાર અધ્યાય

સમાધિપાદ	-	૫૧ સૂત્રો
સાધનપાદ	-	૫૫ સૂત્રો
વિભૂતિપાદ	-	૫૬ સૂત્રો
કૈવલ્યપાદ	-	૩૪ સૂત્રો
કુલ ટોટલ	-	૧૯૬ સૂત્રો

ભગવાન પતંજલિ ત્રણ વિદ્યાના આચાર્ય હોવા છતાં તેમની સૌથી વધુ મહત્તા યોગાચાર્ય તરીકે યોગસૂત્રોના રચયિતા તરીકે છે.

પતંજલિના યોગસૂત્ર પર ચર્ચા કરતાં પહેલાં એક વાત ખાસ સમજવી પડશે કે યોગ કોઈ ધર્મ નથી. ખાસ ધ્યાનમાં રહે કે યોગ કોઈ વિશેષ સંપ્રદાય કે ધર્મ સાથે જેમ કે હિંદુ, બૌદ્ધ, જૈન, ઈસાઈ, મુસ્લિમ કે પારસી સંપ્રદાય સાથે જોડાયેલો નથી. યોગ એક શુદ્ધ વિજ્ઞાન છે. ગણિત, ફિઝિક્સ કે કેમિસ્ટ્રીની જેમ ફિઝિકસ કે ગણિત કોઈ સંપ્રદાય-ધર્મ સાથે જોડાયેલા નથી. એ સંયોગપૂર્ણ ઘટના છે કે યોગની ખોજ હિંદુઓએ કરી પણ તેનાથી એવું સાબિત ન થાય કે તે હિંદુઓ માટે જ છે. યોગ એક શુદ્ધ વિજ્ઞાન છે. પારસી પણ યોગી થઈ શકે, મુસ્લિમ અને જૈન પણ યોગી થઈ શકે. જ્યારે યોગના વિજ્ઞાનની વાત કરીએ ત્યારે પતંજલિનું આ ક્ષેત્રમાં સૌથી મોટું નામ છે. પતંજલિ સાથે કોઈની પણ તુલના ન થઈ શકે. ધર્મને પહેલી વાર વિજ્ઞાન સુધી લઈ ગયા હોય તો તે માત્ર પતંજલિ જ છે.

દરેક ધર્મમાં વિશ્વાસની વાત આવશે. બધા જ ધર્મને પોતપોતાના વિશ્વાસો છે. યોગ જ એક એવું વિજ્ઞાન છે જે તમને યોગ પર વિશ્વાસ કરવાનું નથી કહેતું. યોગ કહે છે અનુભવ કરો. જેમ વિજ્ઞાન કહે છે પ્રયોગ કરો, તેમ યોગ કહે છે અનુભવ કરો. પ્રયોગ અને અનુભવ બંને એક જ વાત છે, બંનેની દિશા અલગ છે. પ્રયોગનો અર્થ છે બહાર કંઈક કરવું અને અનુભવ એક આંતરિક પ્રયોગ છે.

વિજ્ઞાન કહે છે વિશ્વાસ ન કરો. દરેક વાત પર શંકા કરો, પણ સાથે સાથે એ પણ ધ્યાન રહે કે અવિશ્વાસ પણ ન કરો. કારણ કે અવિશ્વાસ પણ એક રીતનો વિશ્વાસ જ છે. આસ્તિક અને નાસ્તિક બંને વિશ્વાસી જ છે. વિશ્વાસ વિજ્ઞાનની દિશા નથી. વિજ્ઞાન કહે છે પ્રયોગ કરો, યોગ કહે છે અનુભવ કરો.

યોગ અસ્તિત્વગત છે, અનુભવજન્ય છે અને પ્રાયોગિક છે. તેમાં કોઈ વિશ્વાસની આવશ્યકતા નથી. ફક્ત પ્રયોગ કરવાનું સાહસ જોઈએ, પણ અત્યારના સમયમાં આની જ મોટી ખોટ છે. વિશ્વાસ સરળ છે, સહેલો છે કારણ તમારે કંઈ જ કરવું પડતું નથી. યોગ વિશ્વાસ નથી અને એટલા માટે જ તે અઘરો છે. ખૂબ અઘરો છે. ઘણી વાર તો એવું લાગે કે અસંભવ પણ છે. યોગ પોતાની જાત પર કરવાનો પ્રયોગ છે. તમે કોઈ વિશ્વાસ દ્વારા સત્ય સુધી નહિ પહોંચી શકો. અનુભવ દ્વારા, પોતાની જાત પરના પ્રયોગ દ્વારા જરૂર પહોંચી શકશો. અનુભવ કરવા માટે, પ્રયોગ કરવા માટે તમારે જડમૂળથી બદલાવું પડશે, રૂપાંતરિત થવું પડશે. તમારો દૃષ્ટિકોણ, તમારી જીવનશૈલી, તમારું મન, તમારું ચિત્ત તમારે નષ્ટ કરી દેવું પડશે અને નવું સર્જન કરવું પડશે ત્યારે જ તે નવા સર્જનની સાથે તમે યોગને યથાર્થ રૂપમાં સમજી શકશો.

યોગ મૃત્યુ પણ છે અને નવજીવન પણ છે. હાલ તમે જે છો તેને તો મરવું જ પડશે. જૂનું મરશે તો જ નવું સર્જન થશે. કારણ નવું તો તમારામાં જ છે ! તમારામાં જ છુપાયેલું છે. તમે ફક્ત બીજ છો અને બીજને તો ધરતીમાં ધરબાવું જ પડે. બીજને તો નષ્ટ થવું પડે અને ત્યારે જ બીજમાંથી નવું સર્જન શક્ય બને. યોગ કોઈ એવી વસ્તુ નથી કે જેના વિશે તમે વિચાર કરો. ફક્ત વિચારવાથી કંઈ પણ નહિ થાય. વિચારો તો તમારા મગજમાં ચાલતા જ રહે છે. વિચારો કાંઈ તમારા અસ્તિત્વના મૂળમાં નથી હોતા, વિચારો તમારી સમગ્રતા નથી. વિચાર તો માત્ર એક ભાગ છે, કામચલાઉ ભાગ. વિચારને પ્રશિક્ષિત કરી શકાય છે. તમે તર્ક પૂર્ણ વિચાર કરી શકો છો. યુક્તિપૂર્વક વિચારી શકો છો, પણ તમારું હૃદય તો એવું ને એવું જ હશે. તમારું હૃદય સૌથી ઊંડાણવાળું કેન્દ્ર છે. મસ્તિષ્ક તો તેની શાખા છે. તમે મસ્તિષ્ક વગર તો જીવી શકો પણ હૃદય વગર નહિ. તમારું મન આધારભૂત તત્ત્વ નથી એટલે પતંજલિ સાથે તમે ફક્ત ચિંતન મનન ન કરો.

જેમ ગણિતનો નિયમ છે બે અને બે ચાર જ થાય. પાણીને ૧૦૦ ડિગ્રી ઉપર ગરમ કરો તો પાણીની વરાળ જ થાય. તેમાં કોઈ વિશ્વાસ કરવાની જરૂર નથી જ. બસ તેમ

જ પતંજલિના નિયમોને, સૂત્રોને અનુસરી એને જાણો. જેને તમે ફક્ત અનુભવ કરીને જ જાણી શકો, વિચાર કરીને નહિ જાણી શકો.

પતંજલિ બેજોડ છે. પતંજલિ જેવો કોઈ થયો નથી અને કદાચ થશે પણ નહિ.

પતંજલિ કાવ્યની ભાષામાં, સૌંદર્યની ભાષામાં વાત નથી કરતા. તે તો ગણિતની ભાષામાં જ વાતો કરે છે, વિજ્ઞાનની ભાષામાં જ વાત કરે છે. યોગસૂત્રોનો આધાર લઈને ચાલો તો જરૂર તમે શિખર સુધી પહોંચી જશો.

પતંજલિ કોઈ ચિંતક નથી, પતંજલિ કોઈ કાલ્પનિક જગતના દાર્શનિક નથી, પતંજલિ એકદમ વ્યાવહારિક છે, વૈજ્ઞાનિક છે. પતંજલિ સત્યની બાબતમાં વિચારતા નથી. તે તો બસ તૈયારી કરાવે છે કે સત્યને, યોગને કેવી રીતે ગ્રહણ કરવો. યોગના ગ્રાહક કેવી રીતે થવું તે શીખવે છે.

સત્યની બાબતમાં, યોગની બાબતમાં, વિચારવું-વાંચવું ઠીક છે મહત્ત્વનું નહિ. ખરેખર તો સત્યમય, યોગમય જીવન જીવી શકાય જેટલું સત્ય વિશે, યોગ વિશે વિચારશો તેટલા જ તમે તેનાથી દૂર થતા જશો. સત્ય બાબત વિચારવું તે ભટકવા જેવું છે. સત્ય વિશે વિચારવું એવી બાબત છે. જેમ આકાશમાં વાદળાં આમ તેમ ભટકે છે. જેવા તમે વિચારશો તેવા જ તમે તમારાથી, સત્યથી દૂર થતા જશો. સત્યનો, યોગનો અનુભવ કરી શકાય, વિચાર નહિ. પતંજલિનો પૂરો પ્રયત્ન એ જ છે કે સત્યને જોવાની દૃષ્ટિ કેવી રીતે બનાવવી, જીવનને યોગમય કેવી રીતે બનાવવું.

કામ ખૂબ અઘરું છે. અનુભવમાં મૂકવું કે જીવનના આચરણમાં ઉતારવું ખૂબ કઠિન છે. સત્યના સાક્ષાત્કાર માટે, યોગાભ્યાસ માટે પોતાની જાતને પ્રયોગશાળા બનાવવી પડશે. પૂરા જીવનને એક પ્રયોગમાં મૂકવું પડશે. ફક્ત ત્યારે જ સત્યને, ત્યારે જ યોગને જાણી શકાશે.

તો પતંજલિનાં સૂત્રોને સાંભળતા સમયે વાંચતા સમયે ભૂલી જજો કે પતંજલિ કોઈ સિદ્ધાંતોની વાતો કરે છે ! તે સિદ્ધાંતોની વાતો નથી કરતા. તે તો આપણને યોગને જાણવાની વિધિ આપી રહ્યા છે જે વિધિ આપણને બદલી નાખશે, જે વિધિ આપણામાં એક ક્રાંતિ લાવશે.

યોગમાં રસ ધરાવતા લોકો ચાર પ્રકારના હોય છે. તેમાં પહેલા પ્રકારના લોકોની સંખ્યા અધિક છે.

પહેલો પ્રકાર, એવા લોકો હશે જેમને યોગના નામથી કુતૂહલ હશે તે યોગના નામ ઉપર મનોરંજન ઇચ્છે છે. કોઈ દિલ ધડક, મનમોહક અને લોભામણી વસ્તુઓ યોગમાં શોધતા હશે. પતંજલિ તેવા લોકો માટે નથી જ. કેમ કે જે લોકો કુતૂહલવશ યોગની તપાસમાં આવે છે તે લોકો ક્યારેય તેટલી ગહન રુચિ નથી રાખતા, કે નથી હોતા

પોતાના જીવનને બદલવા માટે તૈયાર. તે તો યોગના નામ પર પણ કોઈ સનસનીની તપાસમાં જ હોય છે. પતંજલિ તેમના માટે નથી જ.

પછી બીજા પ્રકારના લોકો જેને આપણે વિદ્યાર્થી કહી શકીએ તે બૌદ્ધિક રૂપથી યોગથી જોડાશે તે લોકો જાણવા તો ઇચ્છશે કે પતંજલિ શું કહી રહ્યા છે, શું બતાવી રહ્યા છે છતાં તેમની ઉત્સુકતા ફક્ત જાણકારી એકત્રિત કરવાની જ હોય છે. તેમની રુચિ, તેમનો રસ જાણવામાં નહિ હોય પરંતુ જાણકારીમાં હશે. જાણકારી અને જાણવામાં મોટો તફાવત છે. જાણકારી બહારની કહેવાય, જાણકારી શબ્દોનું જ્ઞાન કહી શકાય અને જાણવું તે અંદરનું હોય અને તે ફક્ત શબ્દોનું નહિ, અનુભવનું, અભ્યાસમાં ડૂબી જવાનું કામ છે. પણ તેમનો રસ તો વધારેમાં વધારે જાણકારી મેળવવામાં જ હોય છે અને તેવા લોકો અહંકારના રસ્તા ઉપર ચાલવા લાગશે. કારણ કે જાણકારી ખૂબ હશે, અનુભવ કે અનુભૂતિ કઈ જ નહિ. અનુભવમાં મૂકવા ઉત્સુક નહિ હોય તેવા લોકો માટે પણ પતંજલિ નથી જ.

પછી ત્રીજા પ્રકારના લોકો જેને શિષ્ય કહી શકાય. શિષ્ય તે જ થઈ શકે જે જીવનમાં શિષ્યત્વ ગ્રહણ કરવા માટે તૈયાર હોય છે. જે પોતાના અસ્તિત્વને એક પ્રયોગમાં બદલવા તૈયાર હોય છે. તે એટલા સાહસી હશે કે જે અંતરયાત્રા પર તે જવાના છે તે ખૂબ કઠિન અને સાહસપૂર્ણ છે અને તે સમયે તેને ખબર જ નહિ હોય કે તે કઈ તરફ જઈ રહ્યો છે. એક અંધકારમાં એક અજ્ઞાતમાં કોઈ જ નકશા વગર, કોઈ પગદંડી વગર આગળ વધવાનું છે તે ખબર છે. છતાં જે જવા તૈયાર છે તેઓ ખૂબ સાહસિક છે તેમ કહી શકાય. યોગ શિષ્ય માટે છે. શિષ્ય પતંજલિ સાથે તાલમેલ બેસાડી શકે છે. પછી ચોથા પ્રકારના લોકો જે ભક્તની સ્થિતિના હશે.

ત્રીજા પ્રકારના જે શિષ્ય છે તે પ્રકારના લોકો લાંબા સમય સુધી પતંજલિ સાથે ચાલવા તૈયાર હશે, અને ચાલશે પણ ખરા પરંતુ છેલ્લા સમય સુધી તો ત્યારે જ ચાલી શકે જ્યારે તે શિષ્યમાંથી ભક્ત થઈ જાય.

યોગ વ્યક્તિને ફક્ત રૂપાંતરિત જ નથી કરતો, વ્યક્તિને સારો જ નથી બનાવતો પણ જીવનમાં એક ક્રાંતિ લાવે છે. યોગ મૃત્યુ છે અને તેમાં પોતાને, પોતાના અસ્તિત્વને મિટાવી દેવું પડે, તેને પોતાના અતીતને પૂરી રીતે વિસ્મૃત બનાવી દેવાનું છે.

જ્યારે શિષ્ય તૈયાર થાય છે. પોતાને રૂપાંતરિત કરવા માટે જ નહિ, પરંતુ મૃત્યુ માટે પણ તૈયાર હોય છે અને ત્યારે જ તે ભક્ત બની શકે છે. ત્યારે જ તે લાંબા સમય સુધી પતંજલિ સાથે ચાલી શકે છે. શિષ્ય જ્યારે તેવી રીતે ચાલતો જશે, ત્યારે તે અદ્‌ભુત દ્વાર જે પતંજલિ ખોલી આપે છે તેને સમજી શકશે.

અથ યોગાનુશાસનમ્

એક એક શબ્દને ઠીક ઠીક સમજવા કોશિશ કરશો. જો તમે બધી જ ઇચ્છાઓની વ્યર્થતાને પૂરી રીતે સમજી લીધી હોય, બધી જ આશાઓ છોડી દીધી હોય, તમને

લાગતું હોય કે તમારું જીવન અર્થ વગરનું છે. અત્યાર સુધી જે કંઈ જીવનમાં કરી રહ્યા હતા તે બધુ નિર્જીવ થઈ પડી ગયું હોય, ભવિષ્યમાં કશું જ ન રહ્યું હોય, જીવનમાંથી રસ ઊડી ગયો હોય, બધે જ નિરાશા છવાઈ ગઈ હોય, તીવ્ર વ્યથાથી પીડિત હોય, નથી જાણતા કે હવે શું કરવું ? કયાં જવું ? આત્મહત્યા કે મૃત્યુના કિનારે ઊભા હોય, કોઈની સહાયતા ઈચ્છતા હોય, તમારા જીવનનો નકશો અચાનક જ બદલાઈ ગયો હોય, બધું જ વ્યર્થ લાગતું હોય, જો આવી ક્ષણ જીવનમાં આવી ગઈ હોય.

ત્યારે પતંજલિ કહે છે 'અથ યોગાનુશાસનમ્'. હવે તમે યોગ પાસે આવી જાવ, હવે તમે યોગને ખૂબ સારી રીતે સમજી શકશો, યોગનું શરણ લો તમને યોગ નિરાશ નહિ કરે. જ્યારે બધા જ રસ્તા બંધ લાગે ત્યારે યોગ તમને નિરાશ નહિ કરે, યોગ તમને રસ્તો બતાવશે. યોગ તમારા જીવનમાં રંગ ભરશે, ખુશાલી લાવશે, હરિયાળી લાવશે, ક્રાંતિ લાવશે અને તમે યોગના અનુશાસનને, યોગના વિજ્ઞાનને સમજી શકશો.

અનુશાસન એટલે શું ?

અનુશાસન એટલે તમારા અંદરની વ્યવસ્થા લગભગ વ્યક્તિની અંદર એક અરાજકતા એક અવ્યવસ્થા હોય છે. જેમ કે તમે એક નથી, તમે ભીડ છો. જ્યારે તમે કહો છો 'હું' ત્યારે કોઈ 'હું' હોતો નથી. ત્યાં તો તમારી અંદર અનેક 'હું' અનેક અહંકાર છે. થોડા થોડા સમયે થોડા થોડા કલાકોએ બદલાતો 'હું' છે અને તમે તેના પ્રત્યે ક્યારેય સભાન હોતા નથી, કારણ સભાન હોય પણ કોણ? અંદર કોઈ કેન્દ્ર જ નથી કે જેને આ બોધ હોય. જેને આ હોશ હોય, ખરેખર તો તમારી અંદર ભીડ હોય છે. તમે જો જો લગભગ માણસો વાયદો નથી કરતા? કદાચ કરતા હોય તો પણ નિભાવતા નથી. વાયદો કરો ત્યારે તમે ત્યાં હોતા જ નથી. જ્યારે વાયદાનો સમય આવે ત્યારે વાયદો કરતા સમયે તમે જે હતા તે તે સમયે તમે નથી હોતા. તેથી વાયદો પૂરો કરે પણ કોણ?

ઉદાહરણ : આવતી કાલથી સવારે પાંચ વાગે ઊઠવાનો નિર્ણય કર્યો, પ્રતિજ્ઞા લીધી બસ કાલથી તો સવારે રોજ પાંચ વાગે ઊઠીશ, ચાલવા જઈશ, યોગાભ્યાસ કરીશ, આમ કરીશ, તેમ કરીશ. ઘડિયાળમાં એલાર્મ મૂકશો. સવારે પાંચ વાગે એલાર્મ વાગશે. અંદરથી કોઈ કહેશે, આવી ઝંઝટ કયાં લીધી ? બહાર તો ખૂબ ઠંડી છે અને એવી શું જલદી છે. બે દિવસ પછી પણ કરી શકાય. એલાર્મ બંધ કરી અને તમે સૂઈ જશો. પછી જ્યારે આઠ વાગે ઊઠશો ત્યારે પસ્તાવો થશે કે સારું ન થયું. મારે ઊઠવું જ જોઈએ. પછી ફરી નિર્ણય કરશો, ફરી કાલે તેવું જ થશે. કારણ નિર્ણય કરતી વખતે તમે જે હતા તે તો બીજા દિવસે નથી હોતા.

તમે વચનોને પૂરાં નથી કરી શકતાં. કારણ તમે અંદર ભીડ છો, અંદર અસ્ત-વ્યસ્ત છો, અંદર અરાજકતા છે. તેથી જ પતંજલિ કહે છે 'અથ યોગાનુશાસનમ્'.

હવે તમારે જીવનમાં લયબદ્ધ થવું પડશે, વ્યવસ્થિત થવું પડશે, કેન્દ્રિત થવું જ પડશે.

અંદર એક કેન્દ્ર બનાવવું જ પડશે અને જેની પાસે કેન્દ્ર છે તે જ વ્યક્તિ આનંદિત બની શકે.

બધી જ વ્યક્તિઓ આનંદની માંગ કરે છે પણ નિયમ છે કે તમે માંગ કરી જ ન શકો. તેને મેળવવું પડે. સ્વ પ્રયત્ને મેળવવું પડે તેને માટે કંઈક કરવું પડે. ફક્ત માંગ કરવાથી ન મળે અને ભીડ તો કેવી રીતે આનંદિત બની શકે. તમારે કેન્દ્રિત થવું જ પડે.

આનંદનો અર્થ છે 'પરમ મૌન'. જ્યારે અંદર ભીડ ન રહે અને તમે એકલા જ હોય ત્યારે જ તમે આનંદિત થઈ શકો અને આને જ પતંજલિએ અનુશાસન કહેલ છે. અનુશાસનનો અર્થ છે 'હોવાની ક્ષમતા'. જો તમે તમારા શરીરને બિલકુલ હલાવ્યા વગર એક કલાક મૌન બેસી શકો ત્યારે તમારી અંદર 'હોવાની ક્ષમતા' વધશે. પરંતુ તમે તો હલતા જ રહો છો, શા માટે ? થોડી વાર માટે પણ તમે હાલ્યા-ચાલ્યા વગર નહિ બેસી શકો. તમારું શરીર ખૂબ ચંચળ છે. તમને ક્યાંક ખંજવાળ આવશે, ખાલી ચડી જશે, કમર દુઃખવા લાગશે અને બીજું ઘણું બધું થવા લાગશે અને આ બધું જ હાલવા-ચાલવા માટેનું બહાનું જ હશે. તમે તમારા શરીરના માલિક નથી. તમે શરીરને નથી કહી શકતા કે એક કલાક સુધી હાલવું-ચાલવું નથી. જેવા તમે સ્થિર બેસવાનો, સીધા બેસવાનો નિર્ણય કર્યો કે તુરંત શરીર વિદ્રોહ કરવા લાગશે અને તમને મજબૂર કરશે શરીરને હલાવવા માટે.

તમે સ્વસ્થ નથી, સ્વમાં સ્થિત નથી, આત્મસ્થ નથી. તમે એક હલનચલન છો, એક કંપન છો. તમે તમારા પોતાનામાં સ્થિર નથી.

પતંજલિએ આસન વિશે ફક્ત ત્રણ શબ્દોમાં જ કહ્યું છે કે, **'સ્થિર સુખમ આસનમ્'.** કંઈ પણ કર્યા વગર, શરીરને હલાવ્યા વગર, કોઈ ગતિ વગર રોકાઈ જાવ. સ્થિર થઈ જાવ અને તે સ્થિરતા અંદર કેન્દ્રિત થવા માટે, કેન્દ્ર બનાવવા માટે ખૂબ મદદરૂપ બનશે.

જો તમે એક જ આસનમાં સ્થિર રહી શકો તો શરીર ધીમે ધીમે શરીર તમારું ગુલામ થતું જશે, સેવક બનતું જશે. પછી તમે જે કહેશો તે જ તે કરશે. એકવાર તમારું કહેલું માનશે તો તે વધારે શક્તિશાળી અને સ્થિર થતું જશે. ખાસ નોંધ કરજો કે જ્યારે તમારા શરીરમાં ગતિ નથી હોતી, હલનચલન નથી હોતું, ત્યારે મન પણ શાંત અને સ્થિર થવા લાગશે. કારણ કે શરીર અને મન અલગ-અલગ નથી. તમારું વ્યક્તિત્વ મનોશરીર છે, 'સાઈકોસોમેટીક' છે. મન શરીરનો સૂક્ષ્મ હિસ્સો છે અને એને તમે વિપરીતપણે કહી શકો કે શરીર મનનો સ્થૂળ હિસ્સો છે. વાત એક જ છે.

શરીરમાં જે બને છે તે મનમાં પણ બને છે. મનમાં જે થાય છે તે શરીર ઉપર પણ થાય છે. જેમ કે મનમાં કોઈ ડર છે તે શરીર ઉપર તુરંત જ અસર કરશે. શરીર સિકુડાઈ જશે, કડક થઈ જશે. હવે જો શરીર ગતિ વગર કોઈ પણ આસનમાં સ્થિર

થશે, શાંત થશે, ખામોશ થશે ત્યારે મન સ્થિર, શાંત અને મૌન થઈ જશે, ખામોશ થઈ જશે. સ્થિર શરીરમાં મન ગતિ નહિ જ કરી શકે. એટલે આસન ફક્ત શરીર માટે જ નથી પણ મનને પ્રશિક્ષણ આપવા માટે છે. જ્યાં સુધી શરીર એટલે કે સ્થૂળ ભાગ શાંત નથી, ત્યાં સુધી મન, કે જે સૂક્ષ્મ છે તે શાંત નહિ જ થાય.

યોગાસનનો અભ્યાસ એક એવી સ્થિતિનું નિર્માણ કરશે જે તમને કેન્દ્રસ્થ થવામાં મદદ કરશે. જે તમને અનુશાસિત કરશે. જ્યારે તમે તમારા અંત:કેન્દ્રમાં હશો ત્યારે જ તમે હોવાની ક્ષમતા ને સમજી શકશો. એકવાર તમે કેન્દ્રમાં સ્થિત થશો પછી જાણી શકશો કે બધા જ અહંકાર ખોટા છે, તમે વિનમ્ર બની જશો અને ત્યારે જ તમે સાચા શિષ્ય બની શકશો.

યોગના શિષ્ય હોવું તે મોટી ઉપલબ્ધિ હશે. અનુશાસન દ્વારા જ તમે શિષ્ય બની શકો. અંદરના કેન્દ્ર સાથે જોડાઈને જ તમે વિનમ્ર શિષ્ય બની શકશો, તમે ખાલી થઈ શકશો. તમે અંદરની ભીડથી છૂટશો. જ્યારે તમે એકલા હશો ત્યારે જ સદ્ગુરુ તમારા ખાલીપામાં, તમારા મૌનમાં પ્રવેશ કરી શકે અને તમારા સુધી પહોંચી શકે અથવા તમે સદ્ગુરુ સુધી પહોંચી શકશો. યોગમાં ગુરુનું ખૂબ મહત્ત્વ છે. કંઈ પણ પૂછ્યા વગર, કંઈ પણ વિચાર્યા વગર, કોઈ પણ જાતના તર્ક વગર જો તમે ગુરુના સાંનિધ્યમાં રહી શકો તો ગુરુની ચેતના તમારી તરફ પ્રવાહિત થવા લાગશે. સાચા સદ્ગુરુની ઓળખ તે જ છે કે જેની પાસે બેસવા માત્રથી તમારા વિચાર પડી જાય. તમે ગહન શાંતિ, પરમ મૌનનો અનુભવ કરી શકો તે જ તમારા માટે સાચા સદ્ગુરુ.

''યોગશ્ચિત્તવૃત્તિનિરોધ'' - (સમાધિપાદ-૨)

નિરોધનો અર્થ છે મનને સ્થિર કરવું, મનને રોકવું, મનને અ-મનની સ્થિતિમાં લઈ જવું. આવો અનુભવ દરેક વ્યક્તિને થાય છે જ, પરંતુ આ અનુભવ એટલો સૂક્ષ્મ અને ક્ષણિક હોય છે કે તેનો અહેસાસ આપણને નથી થતો. જ્યાં સુધી થોડી જાગૃતિ, હોશ નથી આવતો ત્યાં સુધી તેનો અનુભવ થવો અસંભવ છે. તેને થોડું સમજીએ.

જ્યારે પણ આપણા મનમાં કોઈ વિચાર આવે છે ત્યારે મન એ વિચારથી એટલું ભરાઈ જાય છે. તે વિચાર મન ઉપર એવો છવાઈ જાય છે જેવી રીતે આકાશમાં કોઈ વાદળ છવાઈ જાય.

વિચાર કોઈ પણ હોય કાયમી તો નથી જ હોતો, સ્થાયી તો નથી જ હોતો. વિચારોનો સ્વભાવ જ અસ્થાયી હોય છે. એક વિચાર આવ્યો તે ચાલ્યો જાય છે. ફરી કોઈ બીજો વિચાર આવે છે અને તે પહેલાના વિચારનું સ્થાન લઈ લે છે. જ્યારે આ પ્રક્રિયા ચાલતી હોય, એક વિચાર જઈ રહ્યો છે તેની જગ્યાએ બીજો આવી રહ્યો છે. તે બે વિચારોની વચ્ચે એક સૂક્ષ્મ અંતર, નાનો ગેપ હોય છે. તે ગેપને, તે અંતરને, તે ક્ષણને જ 'નિરોધ' કહ્યો છે. 'નિરોધ'ની સ્થિતિમાં વાદળાં વગરના સ્વચ્છ આકાશની જેમ ચિત્ત સાફ હોય છે.

કોઈ વ્યક્તિ થોડો પણ જાગૃત હશે, થોડો પણ યોગાભ્યાસી હશે. થોડો પણ હોંશપૂર્ણ હશે તો તે ગેપ, તે અંતર તેને સાફ દેખાશે. બસ થોડીવાર ચૂપચાપ શાંત બેસી જાઓ અને જુઓ. વિચારો એવી રીતે આવે છે, જેમ રોડ ઉપર સતત ટ્રાફિક રહેતો હોય. સતત વાહનવ્યવહાર ચાલી રહ્યો હોય. એક કાર જઈ રહી છે, બીજી આવી રહી છે, આવતી અને જતી બે કાર વચ્ચે એક અંતર, એકે ખાલી જગ્યા હશે જ. વિચારોનું પણ આવું જ છે. જો તમે બે વિચારોની વચ્ચેની ખાલી જગ્યાને જોઈ શકો ત્યારે ક્ષણવાર માટે તે અવસ્થા 'નિરોધ'ની અવસ્થા ઉપલબ્ધ થશે. જેમ કે સમાધિને ઉપલબ્ધ થયેલી વ્યક્તિ.

ક્ષણિક સમાધિ, સમાધિની એક ઝલક મળી જશે. જો તમે વિચારોની ગેપને અનુભવી શકો તો પણ તમારી એ અવસ્થા માત્ર ક્ષણિક હશે અને પતંજલિ તેને 'નિરોધ' કહે છે. તે એટલી ક્ષણિક હશે કે તે પ્રતિક્ષણ બદલાતી રહે છે. દરિયાને ધ્યાનથી જોશો તો તમને જણાશે કે એક લહેર આવી રહી છે, પાછળ બીજી કોઈ લહેર આવી રહી છે. બે લહેરની વચ્ચે કોઈ લહેર નથી હોતી. જરા ધ્યાનથી જોજો. કંઈ જ કરવાની જરૂર નથી. ધ્યાન વિશે ખૂબ ગેરસમજણ ચાલી રહી છે. ધ્યાનના નામે પણ કંઈક ક્રિયા કરી રહ્યા છો. કોઈ કંઈક ક્રિયા કરાવી રહ્યું છે. ધ્યાન એટલે કંઈ જ ન કરવું. બસ મૌન અને શાંત બેસીને, સ્થિર બેસીને આવતા અને જતા વિચારોને જોતા રહો, વિચારોની વચ્ચેના ગેપને જોતા રહો, જોતા રહો, જોતા રહો. શરૂઆતમાં થોડું અઘરું લાગશે. ધીરે ધીરે તમે સજાગ અને જાગૃત થવા લાગશો અને વિચારોની વચ્ચેના ગેપને જોઈ શકશો.

પતંજલિ મુનિ જે કંઈ કહે છે એ તમારા માટે ત્યારે જ અર્થપૂર્ણ સાબિત થશે. જ્યારે તમે તેને અનુભવમાં, પ્રયોગમાં મૂકશો. એકવાર વિચારોની વચ્ચેના ગેપનો આનંદ અનુભવશો ત્યારે જ ખબર પડે કે આ આનંદ કેટલો આનંદપૂર્ણ છે. આનંદનો વરસાદ વરસવા લાગશે અને તે આનંદ ભલે ક્ષણભર માટેનો હોય. પછી ભલે તે જતો રહે, ખોવાઈ જાય પરંતુ તમે ત્યારે તે જાણી લો છો કે આ વિચારોની વચ્ચેનો ગેપ સ્થાયી થઈ શકે છે. તે વિચારોની શૂન્યતા જો સ્વભાવ બની શકે તો તે આનંદ સદાય, સદાયને માટે ઉપલબ્ધ થઈ શકે.

મનુષ્ય બે પ્રકારનું જીવન જીવી શકે છે. એક અંતર્મુખી અને બીજું બહિર્મુખી. પતંજલિ આ બે વચ્ચે એક સેતુરૂપ છે. જેને પતંજલિ સંયમ કહે છે તે અંતર્મુખી અને બહિર્મુખી વચ્ચેનું સંતુલન છે. એવું સંતુલન જ્યાં વ્યક્તિ મધ્યમાં રહે છે. કોઈ પણ માર્ગ તેને માટે અવરોધરૂપ નહિ રહે. અંદર અને બહાર બંને તેના માટે ઉપલબ્ધ હશે. તે ઇચ્છે ત્યારે અંદર અને ઇચ્છે ત્યારે બહાર રહી શકે છે.

પતંજલિ કહે છે બાહ્યજગતના વિષયમાં જે પણ જ્ઞાન હશે, તે સૂચનોથી વધારે કંઈ જ નહિ હોય. તે ક્યારેય સાચું, વાસ્તવિક કે પ્રામાણિક જ્ઞાન નહિ હોય.

વિપર્યયો મિથ્યાજ્ઞાનમતદ્‌રૂપપ્રતિષ્ઠમ્ ॥ ૮ ॥

વાસ્તવિક જ્ઞાન તો ત્યારે જ સંભવ હોય જ્યારે આપણે જાણવાના અંતરસ્રોત સુધી પહોંચીએ. સૌથી મોટો ચમત્કાર ત્યારે જ થશે જ્યારે વ્યક્તિ જ્ઞાનના સ્રોત સુધી પહોંચી શકે. જેમ જેમ સ્રોતની નજીક પહોંચશો. તેમ તેમ જ તમે મટતા જશો. તમે, તમે નહિ રહી શકો ત્યારે તમે એવા નથી રહેતા જેવા કે તમે તમારા માટે વિચારેલું હતું. તમે અહંકાર રહિત થઈ જશો. પહેલી વાર તમે આત્મસાત, આત્મવાન થશો. પહેલીવાર તમારા કેન્દ્રમાં હશો, તમે તમારા ઘરમાં આવેલા હશો. પતંજલિ મુનિ તેને જ સમાધિ કહે છે. સમાધિનો અર્થ છે બધી જ સમસ્યાઓનું સમાધાન. બધા જ પ્રશ્નો પડી જશે, બધા જ પ્રશ્નોનું નિરાકરણ થઈ જશે, બધી જ ચિંતાઓનું નિવારણ થઈ જશે.

તમે પૂરી રીતે શાંત, મૌન અને સ્થિર થઈ જશો. એક વિશ્રાંતિની સ્થિતિમાં આવી જશો. ત્યારે કોઈ પણ પરિસ્થિતિ તમને વિહ્વળ નહિ બનાવી શકે, કોઈ પણ પરિસ્થિતિ તમને ચલિત નહિ કરી શકે. દરેક પળ, દરેક ક્ષણ આનંદમય બની જશે.

આજે દરેક વ્યક્તિ, આખું વિશ્વ ખૂબ જલદીમાં છે. ધીરજ નામનું વાક્ય જણાતું નથી. ધીરજ નામનો શબ્દ જીવનમાંથી નામશેષ થઈ ગયો છે. ધીરજ તો છે જ નહિ. માણસો શા માટે આટલા ઉતાવળમાં હશે. ક્યાંય જવું પણ નથી, છતાં જલદીમાં છે. લોકો ખૂબ તેજીથી ભાગતા-દોડતા જ હોય છે. પૂછશો નહિ કે ક્યાં જઈ રહ્યા છો. કારણ પૂછશો તો તે વધારે બેચેન, પરેશાન થઈ જશે, કારણ તેમને ખબર જ નથી કે ક્યાં જવું છે ? શું મેળવવું છે ? બસ! એકની પાછળ બીજો દોડી રહ્યો છે, દોડી રહ્યો છે. આપણે જાણતા જ નથી કે ક્યાં જઈ રહ્યા છીએ અને શા માટે.

આપણે લોકો ખૂબ જલદીમાં છીએ અને 'યોગ' એક એવું વૃક્ષ છે જેના વિકાસ માટે ધીરજ જોઈએ, ખૂબ જ ધૈર્ય જોઈએ, કોઈ પ્રકારની જલદી નહિ ચાલે. અધૈર્ય કરશું તો યોગ ચૂકી જઈશું. યોગના વિકાસ માટે અસીમ ધીરજ, દૃઢતા અને પ્રતિક્ષાની આવશ્યકતા છે. યોગ જલદીવાળા માટે નથી. 'યોગ' કોઈ મોસમના ફૂલ જેવું નથી કે મહિનામાં ફૂલ આવી જાય. 'યોગ' તો જીવનનું શાશ્વત વૃક્ષ છે, શાશ્વત સત્ય છે, વિજ્ઞાન છે, કોઈ પણ પ્રકારની ઉતાવળ 'યોગ'ના વૃક્ષનું ફૂલ નહિ આપી શકે.

વધારેમાં વધારે લોકો બાહ્ય વસ્તુઓમાં જ ઉત્સુક હોય છે, કારણ કે તેને ખૂબ આસાનીથી મેળવી શકાય છે અને એટલા માટે જ લોકો વસ્તુઓ સુધી સીમિત થઈ ગયા છે. માણસ માણસ વચ્ચેનું અંતર વધતું જાય છે. મોટાં શહેરોમાં તો પોતાની પાડોશમાં, ઘરની બાજુમાં કોણ રહે છે ? શું કરે છે ? કાંઈ જ ખબર નથી હોતી. વ્યક્તિ પોતાના નાના એવા સંકુલમાં ઘેરાઈ ગયો છે, સંકોડાઈ ગયો છે. સાચું તો એ છે કે આપણે માણસોનો ઉપયોગ પણ વસ્તુઓની માફક જ કરીએ છીએ. વસ્તુઓને આપણે એવી રીતે પ્રેમ કરીએ છીએ જાણે માણસ. તમે ધ્યાન દેજો ઘણા

એવી વ્યક્તિ સમાજમાં મળશે જે પોતાની ગાડીને, બંગલાને, ઑફિસને કે એવી ઘણી નિર્જીવ વસ્તુઓને ખૂબ પ્રેમ કરતા હોય છે, ખૂબ સંભાળ રાખતા હોય છે. પણ ઘરમાં પત્નીને, પતિને, માતા-પિતાને કે બાળકોને એટલો પ્રેમ નહિ કરતા હોય, મિત્રોને એટલો પ્રેમ નહિ કરતા હોય. માણસો સંબંધોમાં પણ ગણિતની ભાષા વાપરતા હોય છે.

પતંજલિનાં યોગસૂત્રોથી માણસ ભયભીત થઈ જાય છે. કારણ તેને આ યાત્રા 'અષ્ટાંગ યોગ'ની યાત્રા ખૂબ લાંબી લાગે છે. ખરેખર તે યાત્રા લાંબી છે જ. આ યાત્રા માટે ખૂબ ધીરજની જરૂર પડશે. યાત્રાનો રસ્તો સરળ તો નથી જ અને વહેલા કે મોડા દરેકને આ રસ્તા ઉપર આવવું જ પડશે. કારણ કે જીવનમાં સાર્થકતા, શાંતિની જરૂર છે જ અને તે આ રસ્તા ઉપર છે જ.

જો વ્યક્તિ એકાગ્રતાને સાધી લે, મેળવી લે, સમાધિને પ્રાપ્ત કરી લે અને તેના ભીતરમાં ગહન શાંતિ, ગહન મૌન, ગહન સ્થિરતા છવાઈ જાય. એક પણ વિચારની તરંગ ન ઊઠે, એક પણ વિચારની લહેર ન ઊઠે તો તે બીજા લોકોના મનમાં ઊઠતી કલ્પના, વિચાર અને ભાવને જોઈ શકવાની, સમજી શકવાની, બીજાના વિચારોને જાણી શકવાની ક્ષમતા મેળવી શકે છે. તેના માટે તેને કોઈ જ પ્રયત્ન કરવાની જરૂર નથી પડતી.

'વિભૂતિપાદ' ત્રીજા અધ્યાયમાં પતંજલિ મુનિ ચમત્કારોની ચર્ચા કરે છે, જે યોગના માર્ગમાં આવે છે. સાચો યોગી, સાચો સાધક ચમત્કારના ચક્કરમાં નહિ જ પડે, બીજાના વિચારો વાંચવાની કે સમજવાની ચેષ્ટા નહિ જ કરે. કારણ કે બીજાના વિચારોને વાંચવા તે બીજાની સ્વતંત્રતાના અધિકાર ઉપર હસ્તક્ષેપ કરવો, બીજાના એકાંતમાં વિઘ્ન નાખવા બરોબર છે.

'વિભૂતિપાદ' ત્રીજા અધ્યાયમાં પતંજલિ મુનિ ચમત્કારોની વાતો કરે છે અને તે વાત એટલા માટે નથી કરતા, કે ચમત્કારોને મેળવવા પ્રયત્નો કરો, ચમત્કારો માટે યોગનો અભ્યાસ કરો. પરંતુ તે ચમત્કારોથી સાવધાન રહેવા માટે કરે છે. આવા ચમત્કારો તો યોગના માર્ગમાં થશે જ, પરંતુ ચમત્કારોના ચક્કરમાં ન પડવા કહે છે, સાવધાન કરે છે, ચમત્કારોનો ઉપયોગ ન કરવા કહે છે. એકવાર તેનો ઉપયોગ કરો કે તુરંત યોગમાર્ગની આગળની વિકાસયાત્રા થંભી જશે.

ઘણા એવા લોકો પણ છે, જેમનો ઉદ્દેશ તે શક્તિઓને મેળવવા પૂરતો જ હોય છે. તેના માટે તેઓ ધ્યાન-સાધનાનો અભ્યાસ કરે છે અને તેઓ તે શક્તિઓને મેળવી પણ લે છે. તે શક્તિઓને મેળવવા ધાર્મિક થવું જરૂરી નથી. તેથી સમાજમાં ઘણા એવા લોકો છે, જે નાના મોટા ચમત્કારો કરી શકતા હોય છે અને ભૂલથી આપણે તેને 'યોગી' સમજી લેતા હોઈએ છીએ અને તેવા લોકો પ્રત્યે પતંજલિ સાવધાન કરે છે. વાસ્તવિક યોગના શિષ્ય થયા વગર પણ આવી સિદ્ધિઓ મેળવી શકાય છે.

અભાવપ્રત્યયાલમ્બના વૃત્તિર્નિદ્રા ॥ ૧૦ ॥

તમે અનુભવ કરજો ઘણીવાર સંજોગોવશ એવું બની જાય છે. જ્યારે આપણું મન કોઈ કારણથી મૌન અને શાંત થઈ જાય ત્યારે આપણે બીજાના મનના વિચારોના પ્રતિબિંબને જોઈ શકવા સમર્થ થઈ શકીએ છીએ. કારણ જ્યારે આપણું મન શાંત અને મૌન થઈ જાય ત્યારે બીજાનું મન આપણાથી દૂર નથી હોતું. આપણી પાસે જ હોય છે. જ્યારે આપણું મન વિચારોની ભીડથી ઘેરાયેલું હોય ત્યારે બીજાનું મન આપણાથી દૂર ચાલ્યું જાય છે. કારણ આપણા પોતાના વિચારોની ભીડ આપણા ધ્યાનને ભંગ કરે છે.

ક્યાંક ને ક્યાંક કોઈ એવો સૂક્ષ્મ તાર હોય છે, જેના દ્વારા આપણે બીજા સાથે જોડાયેલા હોઈએ છીએ, અને તે સૂક્ષ્મ તારના માધ્યમથી જ આપણે બધા આ વિરાટ બ્રહ્માંડ (અસ્તિત્વ) સાથે જોડાયેલા છીએ.

અનુભવ કરજો ગહન મૌન, ગહન શાંતિથી બીજાની તરફ ધ્યાન દેજો, અને તમે અનુભવશો કે સામેવાળાનું મન તમારી સામે ખુલ્લી કિતાબની જેમ થઈ જશે પરંતુ આવું કરવાની જરૂર નથી. કેમ કે જો એકવાર આવું થઈ જશે તો બીજું ઘણું બધું બનવાની શક્યતા થઈ જશે.

બીજાના વિચારોમાં હસ્તક્ષેપ કરી શકાય, બીજાના વિચારોને નિદર્શન આપી શકાય, બીજાના વિચારોમાં પ્રવેશ કરી આપણા વિચારો તેની ઉપર લાદી શકાય. આપણા વિચારો થકી તેને ચલાવી શકાય, અને સામેવાળી વ્યક્તિ ક્યારેય નહિ સમજી શકે, કે તેના મનને બીજી કોઈ વ્યક્તિ ચલાવી રહી છે. તે તો એવું જ માનશે કે આ મારા જ વિચારો છે અને મારી મરજી અનુસાર જ થઈ રહ્યું છે પણ હકીકત કંઈક જુદી જ હોય છે.

બીજી વાત આપણે કોઈના મનમાં ચાલતા વિચારોની છબી જોઈ શકશું પણ તેનો મતલબ એવો નહિ કે તેના અભિપ્રાયને પણ સમજી શકીશું. અભિપ્રાયને સમજવા હજી વધારે ઊંડાણમાં જવુ પડશે.

ઉદાહરણથી સમજીએ 'ચંદ્ર'ને જોઈશું. સફેદ વાદળોથી ઘેરાયેલા પૂનમના ચંદ્રને જોઈશું. તેને જોઈ શકીશું પણ ચંદ્રમાની છબીનું અસ્તિત્વ શા માટે ? તેના પ્રયોજનની બાબતમાં કાંઈ જ જાણી નહિ શકાય. કોઈ ચિત્રકાર ચંદ્રને જોશે તો તેનો જોવાનો તરીકો (રીત) અલગ હશે, તેની જોવાની દૃષ્ટિ અલગ હશે. જો કોઈ પ્રેમી જોશે તો તેની જોવાની દૃષ્ટિ પણ અલગ હશે. જો કોઈ વૈજ્ઞાનિક ચંદ્રને જોશે તો તેની જોવાની દૃષ્ટિ તો બિલકુલ અલગ જ હશે. તો કેવળ કોઈના વિચારોને જાણવાથી, વિચારોને જન્મ આપવાવાળી પ્રેરણાને જાણી શકાય નહિ. તે તેનાથી પણ સૂક્ષ્મ છે અને તેને જાણવા આપણે પોતાની અંદર ખૂબ ઊંડાણમાં, ખૂબ ગહેરાઈમાં જવું પડશે.

જ્યારે આપણે વિચાર વગરની સ્થિતિ એટલે કે નિર્વિચારની સ્થિતિમાં હોઈએ ત્યારે બીજાના વિચારોને જાણવા માટે સમર્થ થઈ જશું. જ્યારે આપણી ઇચ્છાઓ સમાપ્ત

થઈ જાય, ત્યારે બીજાની ઈચ્છાઓને સરળતાથી જાણી શકાય. તેથી જ 'યોગીઓ' બીજાની ઈચ્છાઓ સરળતાથી જાણી શકે છે. કારણ કે તેમની પોતાની કોઈ ઈચ્છાઓ હોતી જ નથી, તેથી બીજાની ઈચ્છાઓ જાણી શકે છે. તમે કોઈ યોગીની કથા, આત્મકથામાં અવશ્ય સાંભળેલું, વાંચેલું હશે કે 'યોગી' અદશ્ય પણ થઈ શકે છે.

પતંજલિ આ વાતને વૈજ્ઞાનિક દૃષ્ટિકોણથી સમજાવવાની કોશિશ કરે છે. પતંજલિ કહે છે આ કોઈ ચમત્કાર નથી, આ નિયમ છે. ભૌતિક વિજ્ઞાન કહે છે આપણે એક બીજાને જોઈ શકીએ છીએ તે કેવળ એટલા માટે જ કે પ્રકાશનાં કિરણો આપણા ઉપર પડે છે અને આપણાથી પ્રતિબિંબિત થઈ તે પ્રકાશનાં કિરણો આંખ પર પડે છે ને એટલા માટે જ આપણે એકબીજાને જોઈ શકીએ છીએ.

હવે જો એવી કોઈ રીત હોય કે જે પ્રકાશનાં કિરણોને શોષી લે, પ્રતિબિંબિત થવા જ ન દે તો આપણે એકબીજાને જોઈ જ ન શકીએ. આપણે ફક્ત ત્યારે જ જોઈ શકીએ છીએ જ્યારે પ્રકાશનાં કિરણો આપણા સુધી આવે. ખૂબ જ અંધારું હોય, ક્યાંયથી પ્રકાશ ન આવતો હોય તો આપણે જોઈ શકતા નથી. હવે જો આપણે પ્રકાશનાં કિરણો શોષી લઈએ, પ્રતિબિંબિત થવા જ ન દઈએ તો કોઈ એકબીજાને જોઈ જ ન શકે. ફક્ત કાળા ધબ્બા જ દેખાય.

આ રીતથી આપણે રંગોને જોઈ શકીએ છીએ. ઉદારહણ કોઈ વ્યક્તિ લાલ કપડાં પહેરશે તો આપણે જોઈ શકીએ છીએ કે લાલ કપડાં પહેરેલા છે. તેનો અર્થ એટલો જ કે તેના કપડાં લાલ રંગનાં કિરણોને પાછી ફેંકે છે અને બાકીના બધા કલરનાં કિરણોને શોષી લે છે.

જ્યારે સફેદ રંગને જોઈએ તો તેનો અર્થ બધાં જ કિરણોને પાછાં ફેંકી દે છે, સફેદ કોઈ રંગ નથી, સફેદ રંગનો અર્થ છે બધા જ રંગોનું મિશ્રણ. તેમજ કાળો રંગ બધા જ પ્રકારનાં કિરણોને શોષી લે છે. કાળો રંગ પણ રંગ નથી રંગવિહીન છે. એટલા માટે જ ગરમ પ્રદેશમાં, ગરમ ઋતુમાં કાળાં કપડાં પહેરવાથી ગરમી ખૂબ વધારે લાગે છે. કારણ કે કાળો રંગ સૂરજનાં કિરણોને શોષી લે છે, સફેદ રંગ ઠંડો અને શીતળ છે કારણ સફેદ રંગ સૂરજનાં કિરણને શોષતો નથી, ફેંકી દે છે. ત્યાગની પરંપરાને કારણે જ જૈન ધર્મ સફેદ રંગને પસંદ કરે છે. આ ધર્મની પરંપરામાં ત્યાગનું ખૂબ જ મહત્ત્વ છે અને સફેદ રંગ ત્યાગનું પ્રતીક છે.

પતંજલિ કહે છે કે કોઈ વ્યક્તિ પોતાની ઉપર પડતાં બધાં જ કિરણોને શોષી લે તો તે વ્યક્તિ અદશ્ય થઈ શકે છે. પછી તેને જોઈ શકવો સંભવ નથી. સાચા યોગી સાથે આવું ઘણીવાર બનવું સંભવ છે. યોગી અદશ્ય થઈ જાય છે તેને ખબર પણ ન હોય. યોગી તેવું કરી પણ શકે છે અને ઘણીવાર તેની જાણ બહાર આવું થાય છે. પતંજલિની દર્શન પ્રણાલીમાં બાહ્યસંસાર અને આંતરિક સંસારમાં ઊંડાણમાં એક તાલમેલ છે. એક બીજાથી જોડાયેલ છે.

આપણને પ્રકાશ દેખાય છે. પ્રકાશ સૂર્યમાંથી આવે છે. આંખ તેને ગ્રહણ કરે છે. હવે જો આંખ પ્રકાશને ગ્રહણ ન કરે તો સૂર્ય મોજૂદ હોવા છતાં પણ આપણે અંધકારમાં જીવીશું. અંધ વ્યક્તિ સાથે તેવું જ થાય છે. અંધ વ્યક્તિની આંખો ગ્રહણ નથી કરી શકતી. આંખોનું સૂર્ય સાથે તાલમેલ છે. આંખો શરીરમાં સૂર્યનું પ્રતિનિધિત્વ કરે છે. બંને પરસ્પર જોડાયેલા છે. સૂર્ય આંખોને પ્રભાવિત કરે છે. આંખો સૂર્ય પ્રત્યે સંવેદનશીલ અને ગ્રાહક હોય છે. તેવી જ રીતે ધ્વનિ કાન ઉપર પ્રભાવ પાડે છે. ધ્વનિ બહાર હોય છે. કાન શરીરનું અંગ છે. પતંજલિની દર્શન પ્રણાલીમાં સમજવું ખૂબ જરૂરી છે.

તત્ત્વ છે તે બહારની વાસ્તવિકતા છે. સૂર્ય અને બહારની વસ્તુઓની વચ્ચે તાલમેલ છે. ભીતરની ગતિ જેને પતંજલિ તન્માત્રા કહે છે. તેને ભીતરનું, અંદરનું મૂળ તત્ત્વ કહેવાય છે. એટલા માટે આંખ અને રોશની વચ્ચે, ધ્વનિ અને કાન વચ્ચે, નાક અને ગંધ વચ્ચે એક તાલમેલ છે. એક અદૃશ્ય તાલમેલ જે દેખાતું નથી છતાં તેમની વચ્ચે કોઈક જોડાણ છે જ.

જ્યારે વ્યક્તિ ધ્યાનની ગહેરાઈમાં ઊતરે છે. ધ્યાનની ગહેરાઈમાં, શૂન્યતાના ગેપને (વિચારોની વચ્ચેના ગેપ) સમજે છે. ત્યારે તન્માત્રાઓને, મૂળ તત્ત્વોને, સૂક્ષ્મ તત્ત્વોને જાણી શકે છે. આપણે સૂર્યને તો આંખથી જોઈ શકીએ છીએ, પરંતુ આપણે આપણી આંખને હજી સુધી નથી જોઈ શકતા.

કેવળ ધ્યાનની ગહેરાઈમાં, વિચારોની શૂન્યતામાં જાગૃત થઈને આપણે આપણી આંખને જોઈ શકીએ છીએ. આપણે ધ્વનિ સાંભળીએ છીએ, પરંતુ ધ્વનિ તરફ આપણા કાનને પ્રતિધ્વનિત થતા નથી સાંભળી શકતા, જે ધ્વનિ-તરંગ કાન દ્વારા થાય છે. તે એક સૂક્ષ્મ તરંગ હોય છે. આપણે હજી તેને સાંભળી શકતા નથી. તે ધ્વનિ ખૂબ જ સૂક્ષ્મ હોય છે અને આપણે સ્થૂલ છીએ. આપણે એક ગુલાબના ફૂલને તો સૂંઘી શકીએ છીએ પરંતુ આપણી અંદરના તે સૂક્ષ્મ તત્ત્વને નથી સૂંઘી શકતા જે તન્માત્રા છે.

યોગી પોતાના જ શરીરના સ્વરૂપ ઉપર ધ્યાન કેન્દ્રિત કરે છે. ધ્યાન કેન્દ્રિત કરવાના માધ્યમથી જ તે સૂર્યનાં કિરણોને શરીરમાં શોષી લે છે. તે કિરણો પાછાં પ્રતિબિંબિત થતાં નથી. જ્યારે આપણે શરીર પર ધ્યાન કરીએ છીએ ત્યારે શરીર ખૂલવા લાગે છે. શરીરના બધા જ બંધ દરવાજા ખૂલે છે ત્યારે પ્રકાશનાં કિરણો શરીરમાં પ્રવેશી જાય છે. ત્યારે શરીરની તન્માત્રા સૂરજના તત્ત્વને શોષી લે છે અને અચાનક શરીર અદૃશ્ય થઈ જાય છે. ત્યારે કોઈ વ્યક્તિ તે વ્યક્તિને જોઈ શકતો નથી કારણ કે જોવા માટે તો પ્રકાશ પાછો પ્રતિબિંબિત થવો જરૂરી છે. પ્રકાશને 'યોગી' શોષી લે છે તેથી આપણે તે યોગિને જોઈ શકતા નથી. તેવું જ ધ્વનિ માટે જ્યારે યોગી પોતાના કાનની આંતરિક તન્માત્રા પર ધ્યાન કરે છે, ત્યારે બધો ધ્વનિ તેમાં સમાઈ જાય છે. ત્યારે માત્ર યોગીની હાજરી જ મૌનનો સ્વાદ આપી શકે છે, મૌનનો અનુભવ આપી શકે છે.

જ્યારે કોઈ સાચા યોગીની પાસે આપણે જઈએ, ત્યારે અચાનક જ આપણને એવું લાગવા લાગે છે, કે આપણે મૌનમાં પ્રવેશી ગયા. તેનું કારણ એ છે કે યોગીની આસપાસ કોઈ ધ્વનિ નિર્મિત થતો નથી અને તેનાથી ઊલટું ચારે બાજુના ધ્વનિ તેના ઉપર પડતા હોય, તે પણ તેની સાથે આત્મસાત થઈને વિલીન થઈ જાય છે અને તેવું બધી જ ઇંદ્રિયોની બાબતમાં પણ થશે જ. તેના કારણે જ યોગી ઘણી બધી રીતોથી અદૃશ્ય થઈ શકે છે.

સાચા યોગીઓને જાણવાનો, સમજવાનો આજ માપદંડ છે અને ધ્યાનમાં રાખવા જેવો છે. એવું પણ નથી હોતું કે યોગી જાણી જોઈને આવું કરે, ખરેખર તો સાચા યોગી ક્યારેય આવું જાણી જોઈને કરતા જ નથી હોતા. તે તો ફક્ત પોતાના અસ્તિત્વના કેન્દ્રમાં જ હોય છે. તે તો પોતાની નિજાનંદ મસ્તીમાં જ હોય છે. તેની આજુબાજુ આવી ઘટનાઓ બનતી રહે છે, ચમત્કારો થવા લાગે છે. જે વ્યક્તિ સમાધિની અવસ્થાને પામેલો છે તેની પાછળ પાછળ પડછાયાની જેમ ચમત્કારો થવા લાગે છે.

પતંજલિ એ યોગના વિજ્ઞાનને આધાર આપેલો છે. પતંજલિએ અષ્ટાંગ યોગનાં આઠ પગથિયાં રૂપી (૧) યમ (૨) નિયમ (૩) આસન (૪) પ્રાણાયામ (૫) પ્રત્યાહાર (૬) ધારણા (૭) ધ્યાન (૮) સમાધિ. એક તૈયાર પગદંડી આપી દીધી છે, એક ઢાંચો આપી દીધો છે, ઢાંચા ઉપર દીવાલ ચણવાનું કામ, પગદંડી ઉપર ચાલવાનું કામ આપણું છે. મકાનનું નિર્માણ કરવાનું, પગદંડી ઉપર ચાલીને મંજિલે પહોંચવાનું કામ આપણું છે.

બસ હવે એક મિનિટ પણ જીવનની ન બગાડશો. જીવનની પ્રત્યેક ક્ષણ, પ્રત્યેક પળનો ઉપયોગ કરો. જીવનના શ્વાસ શ્વાસનો ઉપયોગ કેવળ એક વાત માટે કરીશું. કેવી રીતે અધિકથી અધિક જાગૃત થઈ શકાય, કેમ કરીને અધિકથી અધિક હોંશપૂર્ણ થઈ શકાય. કેવળ જાગરૂકતા રહે તે જાગરૂકતા તેના શિખર સુધી પહોંચે અને તે જ સમાધિ, મૌનની પરાકાષ્ઠા જ સમાધિ.

પ્રત્યેક વ્યક્તિ સમાધિને ઉપલબ્ધ થઈ શકે છે. કારણ કે સમાધિ પ્રત્યેક વ્યક્તિનો જન્મસિદ્ધ અધિકાર છે. આ ક્ષણથી જ નક્કી કરો, નિશ્ચય કરો. યોગમય જીવન જીવવાનો, જીવનમાં યોગ ઉતારવાનો યોગ તો એક સંપૂર્ણ વિધિ છે. યોગ તો એક સંપૂર્ણ વિજ્ઞાન છે.

નાસ્તી સાંખ્યં સમં જ્ઞાનં, નાસ્તી યોગ સમંબલંમ

ભાવાર્થ : સાંખ્યં સમાન કોઈ જ્ઞાન નથી. યોગ સમાન કોઈ બળ નથી.

આજે આખા વિશ્વમાં યોગનું મહત્ત્વ સમજાતું જાય છે. દિવસે દિવસે યોગ ફેલાતો જાય છે, કારણ કે વૈજ્ઞાનિક પદ્ધતિથી તેનું પૃથક્કરણ, પરીક્ષણ કર્યા પછી સમજાયું કે મનુષ્યના જીવનની પ્રસન્નતા અને સ્વસ્થતા આપવાની ક્ષમતા યોગમાંથી મળે છે. હાલનું જીવન અલગ અલગ પ્રકારના સંઘર્ષો તેમજ માનસિક તાણને કારણે અલગ

અલગ પ્રકારની બીમારીઓમાંથી પસાર થઈ રહ્યું છે. એવી વ્યક્તિ શોધવી મુશ્કેલ છે, કે જે કોઈ ને કોઈ પ્રકારના રોગથી પીડિત ન હોય. આના સંદર્ભમાં યોગનું પ્રદાન માનવ જાતિને એક મોટા આશીર્વાદરૂપ બની શકે છે, તે હવે સમગ્ર વિશ્વને સમજાવા લાગ્યું છે. યોગવિદ્યાનો જન્મ ભારતમાં થયો. ભારતીય સંસ્કૃતિનો આ વારસો ભારતીય સંસ્કૃતિની આ ભેટ આખી મનુષ્ય જાતિ માટે છે.

સમગ્ર વિશ્વના વિચારકોએ આ સત્ય જોયું, સમજ્યું, જાણ્યું અને તેથી જ યોગના વિષયમાં જાણવાની અને તેને અનુભવવાની ઉત્કંઠા આજે આખા વિશ્વમાં દરેક મનુષ્યને જાગી છે. આખું વિશ્વ તેનો લાભ પણ લઈ રહ્યું છે. જીવનથી મૃત્યુની વચ્ચેના સમયને જીવન કહેલું છે. તે જીવનમાં દરેક મનુષ્યને ચાર પુરુષાર્થમાંથી પસાર થવાનું હોય છે. **૧.** ધર્મ **૨.** અર્થ **૩.** કામ **૪.** મોક્ષ. આપણી સંસ્કૃતિમાં ચારેય માટેની એક ઉંમર પણ નિશ્ચિત કરેલી છે.

આપણા વેદો, ઉપનિષદો, આપણા સંતો, મહંતો, ભગવંતોએ આપણી સંસ્કૃતિ વિશે આપણા જીવન વિશે, દુઃખો શા કારણે, તેનું નિરાકરણ કેવી રીતે ? રોગો શા માટે ? તેનો ઈલાજ શુ ? એટલું વિશાળ લખેલું છે. એટલુ વિશાળ ખેડાણ કરેલું છે. જે કદાચ દુનિયાના કોઈ દેશે, કે કોઈ દેશની સંસ્કૃતિએ આટલી વિશાળ રીતે લખેલું નથી.

જેમ જેમ આપણે આપણી સંસ્કૃતિથી દૂર થતા ગયા, અલગ થતા ગયા, તેમ તેમ અલગ અલગ રોગો અને દુઃખોની હારમાળા થતી ગઈ. આ કડવું સત્ય છે અને આજે લગભગ દરેક વ્યક્તિની સમજમાં પણ આવતું જાય છે.

ધર્મ, અર્થ, કામ અને મોક્ષ રૂપી પુરુષાર્થનો આધાર તો સ્વસ્થ શરીર જ બની શકે. બીમાર શરીર, રોગી શરીર, કેવી રીતે યોગ્ય ધર્મ બજાવી શકે.

મનુષ્યના યશને અને જીવને હણનાર અને મનુષ્યની જીવનયાત્રામાં વિઘ્નકારક વિવિધ રોગો રૂપી અવરોધો પ્રગટ થાય છે. યોગદર્શનમાં પણ ચિત્તને વિક્ષિપ્ત કરનારા વિઘ્નોમાં સૌથી પહેલું વિઘ્ન (વ્યાધિ) એટલે કે શરીરના રોગને, દુઃખને કહેલો છે.

આહાર, નિદ્રા, ભય, મૈથુન દરેક મનુષ્યના શરીરરૂપી ભવનના આ ચાર સ્તંભ છે. આ સ્તંભ બરાબર હોવા જોઈએ અને આ ચારેય એકબીજાની સાથે સંકળાયેલા પણ છે. આ ચારેય સ્તંભની મજબૂતી માટે યોગ (આસન-પ્રાણાયામ-ધ્યાન)નો અભ્યાસ ખૂબ જ મહત્ત્વનો સાબિત થયો છે.

શરીરને સ્વસ્થ રાખવા માટે આસન, પ્રાણાયામ, ધ્યાન ખૂબ જ મહત્ત્વનો ભાગ ભજવે છે. બીજી કોઈ પદ્ધતિ એવી નથી કે જે આની સામે ટક્કર લઈ શકે. બીજી કોઈ પદ્ધતિ એવી નથી કે જેને બધા જ સરળતાથી અપનાવી શકે. યુવાન, વૃદ્ધ, સ્ત્રી, પુરુષ કે બાળકો બધાં જ સરળતાથી અપનાવી શકે છે. સરળ છે, બિન ખર્ચાળ છે, નથી

વધારાની જગ્યાની જરૂર કે નથી કોઈ સાધનોની જરૂર. બસ એક વાર યોગ્ય રીતે યોગ્ય વ્યક્તિ પાસેથી જાણી લો.

યોગથી વ્યક્તિની શારીરિક, માનસિક, સામાજિક અને આધ્યાત્મિક ઉન્નતિ જ થવાની અને તેને કારણે જ આખું વિશ્વ યોગ તરફ જઈ રહ્યું છે. યોગ એટલે સત્યની પ્રાપ્તિ માટેની સાધન પદ્ધતિ. યોગ એટલે અધ્યાત્મનું વિજ્ઞાન. યોગ એટલે જીવનની શક્તિને રૂપાંતરિત કરવાની કળા. યોગ એટલે આત્માની શક્તિને જગાડવાની કળા. યોગ એટલે શરીર અને મનની શક્તિને જગાડવાની કળા. શરીર અને મનની શક્તિ અસ્તવ્યસ્ત થવાથી અલગ અલગ બીમારીઓ આવે છે. યોગ શરીર અને મનની અસ્તવ્યસ્ત શક્તિને એક કરે છે. સમ્યક્રૂપ આપી શરીર અને મનની બીમારીઓ દૂર કરવાની કળા. યોગ એટલે ઇન્દ્રિયોની બહિર્મુખી શક્તિને અંતર્મુખ બનાવી તેને આત્મામાં સ્થિર કરવાની કળા. ઇંદ્રિયોની શક્તિને ભોગમાં લગાવવી મૂર્ખતા છે, ઇન્દ્રિયોની શક્તિનું દમન કરવું તે પણ મૂર્ખતા જ છે. ઇંદ્રિયોની શક્તિથી પરિચિત થઈ તેને આત્મ સ્મરણમાં લગાવવી તે બુદ્ધિમત્તા છે.

યોગનો ઉપયોગ શરીર, મનની બીમારીઓ દૂર કરવા માટે જ કરવો તે સીમિત દૃષ્ટિકોણ છે. તે તલવારથી શાક સુધારવા બરોબર છે. યોગનો ઉપયોગ ફક્ત રોગો દૂર કરવા માટે કરવો તે યોગનું અપમાન જ છે. રોગો દૂર થવા તે યોગની આડપેદાશ છે. હવે જો આડપેદાશ આટલી સરસ હોય તો તેની મુખ્ય પેદાશ, તેનું લક્ષ્ય કેવું હોય, તેની કલ્પના કરો. યોગ કોહિનૂર હિરો છે. જીવનની સમગ્રતા સાધવાની કલા છે.

હૃદય પરમાત્માનું મંદિર છે. હૃદય જો કૉલેસ્ટ્રોલથી ભરેલું હોય તો બિચારો પરમાત્મા ક્યાં રહે? અન્ન સ્વયં ઔષધ છે, જળ સ્વયં ઔષધિ છે. તો પછી બીજી ઔષધિઓની શી જરૂર ક્યાંક કોઈ ભૂલ થાય છે, ભૂલ છે કે હું હજી યોગથી દૂર છું, યોગને અપનાવેલ નથી. યોગ વિના કર્મ અધૂરો, કર્મ વિના યોગ અધૂરો છે. કર્મની સાથે સાથે યોગને જોડી દઉં અને યોગની સાથે સાથે કર્મને જોડી દઉં.

હું સ્વસ્થ રહું, મારો પરિવાર સ્વસ્થ રહે, મારો પાડોશી સ્વસ્થ રહે, મારું રાજ્ય, મારો દેશ, દેશનો એક એક નાગરિક સ્વસ્થ રહે. સમગ્ર જગતનો દરેક જીવ સ્વસ્થ રહે. તેના માટે હું આજથી જ નિશ્ચય કરું છું. યોગનો અભ્યાસ નિરંતર કરીશ અને બીજા યોગનો અભ્યાસ કરે તે માટે બનતું બધું જ કરીશ. દિવસમાં એક કલાક હું ગમે તેવા કામ વચ્ચે પણ યોગાભ્યાસ કરીશ.

હઠયોગમાં આવતો 'હઠ' શબ્દથી સામાન્ય જનમાનસમાં ગેરસમજણ છે. 'હઠ' એટલે જબરજસ્તી નહિ, શરીરને મારી મચડીને કોઈ આસન કરવું તેવો નહિ. 'હઠ' શબ્દ અહીં પારિભાષિક અર્થમાં વપરાયેલો છે.

હ - સૂર્યવાચક છે.   ઠ - ચંદ્રવાચક છે.

સૂર્ય અને ચંદ્રનો યોગ, એકીકરણ એટલે હઠયોગ. સૂર્યનાડી એટલે પિંગળા નાડી, જમણું નોસ્ટેલ જે ગરમ છે (ઉષ્ણ છે). ચંદ્ર નાડી એટલે ઈડા નાડી, ડાબું નોસ્ટેલ જે શિતળ છે (ઠંડું છે). આ બંને નાડીઓમાંથી વહી રહેલો પ્રાણ સમ (બેલેન્સ) થતા તે સુષુમ્ણા નાડીના માર્ગે ઉપરની તરફ ઊઠે છે. પ્રાણ જ જીવન છે, આપણું જીવન શ્વાસ પર આધારિત છે. શ્વાસ બગડવાથી, રોકાઈ રોકાઈને લેવાતો શ્વાસ, અનિયમિત શ્વાસ અનિયંત્રિત શ્વાસ ઘણા બધા રોગોનું કારણ બની શકે છે. લયબદ્ધ શ્વાસથી ઘણા બધા રોગો દૂર થાય છે. પ્રાણાયામના અભ્યાસથી આપણે શ્વાસને લયબદ્ધ, નિયંત્રિત, નિયમિત કરી શકીએ છીએ.

પ્રાણાયામના અભ્યાસથી પ્રાણ ઉપર નિયંત્રણ આવવા લાગે છે. પ્રાણના નિયંત્રણથી મન ઉપર નિયંત્રણ આવવા લાગે છે. મન ઉપરનો કાબૂ એટલે જીવન પરનો કાબૂ (૧૦૦) માંથી (૯૦) રોગો મનના કારણે હોય છે. (સાયકોસોમેટિક ડીસીઝ) જેવો પ્રાણાયામનો અભ્યાસ થશે. તુરંત મન ઉપર નિયંત્રણ આવવા લાગશે અને (સાયકોસોમેટિક ડીસીઝ) ઉપર ફાયદો થવા લાગશે.

પ્રાણાયામથી પેરાસિમ્પેથેટિક નર્વસ સીસ્ટમ જાગૃત થાય છે, સીમ્પેથેટિક ઓછું થાય. પેરાસિમ્પેથેટિક સ્ટીમ્યુલેશન (જાગૃત) થવાથી હાર્ટ-બીટ શાંત થાય, બ્લડ સર્ક્યુલેશન એટલે કે (હાઈપર ટેન્શન) શાંત થાય, શ્વાસ શાંત થાય અને મન શાંત થાય. સીમ્પેથેટિક સ્ટીમ્યુલેશન થવાથી હાર્ટ-બીટ વધે, બ્લડપ્રેશર વધે, શ્વાસની ગતિ વધે, મનની ચંચળતા વધે અને ડાયજેશન ઘટે, પાચનશક્તિ મંદ થાય. આપણા પૂરા શરીરમાં પ્રાણ રહેલો છે અને પ્રાણ એ જ જીવન છે. પ્રાણ વગરનું શરીર મૃત કહેવાય છે.

પ્રાણને હઠયોગમાં ખૂબ મહત્ત્વનું સ્થાન આપેલ છે. મૂળ પ્રાણ એક છે. કાર્યભેદથી તેનાં પાંચ સ્વરૂપો છે અને તેના પણ પાંચ પેટા પ્રાણ-ઉપપ્રાણ છે.

મુખ્ય પાંચ પ્રાણ

પ્રાણના નામ	પ્રાણનું કામ	પ્રાણનું સ્થાન
૧. પ્રાણ	શ્વાસપ્રશ્વાસ	ડૂંટીથી હૃદય સુધી
૨. અપાન	ઉત્સર્ગ	ડૂંટીથી ગુદાદ્વાર સુધી
૩. વ્યાન	પરિનયન	આખા શરીરમાં રહેલો છે.
૪. ઉદાન	ઉન્નયન	ગળુ (કંઠ)
૫. સમાન	પાચન	ડૂંટી

વિતર્કવિચારાનન્દાસ્મિતાનુગમાત્ સંપ્રજ્ઞાતઃ ॥ ૧૭ ॥

પાંચ ઉપપ્રાણ	**કાર્ય (કામ)**
૧. નાગ	ઓડકાર
૨. કૂર્મ	સંકોચન
૩. કિકર	ભૂખ-તરસ
૪. ધનંજય	ફૂલવું
૫. દેવદત	નિદ્રા-તંદ્રા

આપણા આખા શરીરમાં ૭૨,૦૦૦ નાડીઓ છે અને તે નાડીઓમાં પ્રાણનું વહન થાય છે. મુખ્ય નાડી ત્રણ છે. ઈડા, પિંગળા, સુષુમ્ણા. જ્યારે પ્રાણનું વહન સુષુમ્ણા માર્ગે થાય ત્યારે તે સ્થિતિને યોગમાં ઉચ્ચ સ્થિતિ બતાવેલ છે.

કરોડરજ્જુના નીચેના છેડાથી શરૂ થઈ સાત ચક્રો આવેલાં છે. (૧) મુલાધાર (૨) સ્વાધિષ્ઠાન (૩) મણીપુર (૪) અનાહત (૫) વિશુદ્ધ (૬) આજ્ઞા (૭) સહસ્રાર.

કુંડલિની શક્તિ મૂલાધાર ચક્રની પાસે સુષુપ્ત અવસ્થામાં હોય છે. યૌગિક ક્રિયાઓથી તે ચક્ર જાગૃત થાય છે અને તેમાં સુષુપ્ત શક્તિઓનો સંચાર થાય છે. જ્યારે તે શક્તિ જાગૃત થાય છે ત્યારે સાધક, યોગાભ્યાસીના શરીરમાં ચેતનામાં અનેક ફેરફારો થવા લાગે છે. ચક્રોને ભેદતી કુંડલિની શક્તિ સહસ્રારચક્રમાં પહોંચે, ત્યારે સાધક સમાધિની અવસ્થાને પામે છે અને આ સમાધિ જ યોગનું 'યોગીઓનું' હઠયોગનું, અષ્ટાંગયોગનું લક્ષ્ય છે.

આપણા શરીરને સ્વસ્થ રાખવા માટે આપણા શરીરના દરેક કોષને આવશ્યક પોષણ મળવું જોઈએ. આપણું રુધિરાભિસણ તંત્ર એટલે કે લોહીનું પરિભ્રમણ બરોબર હોવું જોઈએ. પાચનતંત્ર સ્વસ્થ હોવું જોઈએ. જઠરાગ્નિ બરોબર હોવો જોઈએ. જ્ઞાનતંત્ર સક્ષમ હોવું જોઈએ. અંતઃસ્રાવી ગ્રંથિઓ જેમ કે પિચ્યુટરી, પિનિયલ, થાઈરોઈડ, પેરાથાઈરોઈડ, એડ્રિનલ, પેનક્રિયાઝના સ્રાવો નિયમિત અને નિયંત્રિત હોવા જોઈએ. મળ-મૂત્ર અને બીજો શરીરનો કચરો નિયમિત ઉત્સર્ગ થવો જોઈએ. મન અને તેના વિચારો પૉઝિટિવ હોવા જોઈએ.

આ બધા માટે આસન-પ્રાણયામ ધ્યાનના નિયમિત અભ્યાસથી એવાં સુંદર પરિણામો મળે છે અને ત્યારે ચોક્કસ લાગે કે યોગનો વિકલ્પ ન હોઈ શકે.

યોગની શુદ્ધિક્રિયાઓથી (૧) નેતી (૨) ધૌતી (૩) બસ્તિ (૪) ત્રાટક (૫) કપાલભાતિ (૬) નૌલિના અભ્યાસથી શરીરની અંદર શુદ્ધિકરણ થાય છે. આપણે બધા જાણીએ છીએ કે શરીરને બહારથી સાફસૂથરું રાખવા માત્રથી આરોગ્ય મળતું નથી. શરીરને અંદરથી પણ શુદ્ધ કરવું, સાફસૂથરું રાખવું જરૂરી છે, અને આ શુદ્ધિકરણ યૌગિક

ક્રિયાઓથી વધારે સારી પદ્ધતિ કદાચ કોઈ જ નથી. કોઈ પદ્ધતિના પરિણામ યોગ જેવા કદાચ નથી જ.

આવો શરીરથી થોડા પરિચિત થઈએ. આજનો ખાધેલો ખોરાકનું એક દોઢ દિવસમાં લોહી બને છે અને તે કેવી રીતે બને છે તે કોઈ ફિઝ્યોલૉજિસ્ટ, ડૉક્ટર કે વૈજ્ઞાનિક આજ સુધી સમજી શક્યો નથી.

આપણા શરીરમાં કામ કરતું હૃદય, હૃદયના જેવો પંપ આજ સુધી બની શક્યો નથી. હૃદય કે જે આપણે પચાસ-સાંઠ વર્ષ જીવીએ ત્યાં સુધી નિયમિત, અટક્યા વગર અને બહારની કોઈ પણ ઊર્જા વગર, વીજળી વગર કે બેટરી વગર સતત ચાલ્યા જ કરે છે.

માત્ર હૃદય જ નહિ શરીરના બધા જ અવયવો કિડની, લીવર, ફેફસાં, આંતરડા, લોહીનું પરિભ્રમણ અને બીજા અનેક અવયવો પોત પોતાનું કામ નિયમિત અને સતત અટકયા વગર કરતા રહે છે. આપણે તો રાત્રે ઊંઘી જઈએ અને આરામ મેળવી લઈએ પણ આ બધા જ અવયવો રાત અને દિવસ તેમનું કામ સતત કરતા જ રહે છે.

હૃદયમાંથી નીકળેલું લોહી શરીરની રક્તવાહિનીઓ, એઓટા આર્ટરીઝ, આર્ટીઓલ્સ, વેઈન્સ, વેન્યુલ્સ, કેપિલરીઝ અને કોશોમાંથી પસાર થતું થોડી વારમાં જ શરીરના લાખો કોશોને પ્રાણવાયુ અને બીજા પોષક તત્ત્વો આપે છે. કાર્બન ડાયોક્સાઇડ અને બીજા હાનિકારક પદાર્થોને લઈ લે છે. ફેફસાં, કિડની, લીવર અને ચામડી જેવા અવયવો દ્વારા બહાર ફેંકી દે છે. લોહીના પરિભ્રમણ માટે નાની મોટી આર્ટરીઝ, વેઈન્સ, કેપિલરીઝ વગેરે પાઈપ લાઇનની લંબાઈ કેટલી છે તે ખબર છે ?

તમારી કલ્પના પણ નહિ હોય સાંઠ હજાર માઈલ લાંબી છે આ પાઈપ લાઈન. એક માઈલ એટલે ૧-૬ કિલોમીટર થાય એટલે ૯૬,૦૦૦ કિલોમીટર આ પાઈપ લાઈનની લંબાઈ થઈ. છે ને અધધધ થવાય તેવી હકીકત. હૃદય રોજ એક લાખ વાર પંપીંગ કરે છે.

કેટલાક ઠંડા પ્રદેશોમાં બહારના વાતાવરણનું ઉષ્ણતામાન માઈનસ ૧૦ થી ૨૫ સેન્ટિગ્રેડ હોય છે. આવા વાતાવરણમાં બહાર બધું બરફ થઈ જાય છે. આમ છતાં આપણું લોહી-માંસ બરફ નથી થઈ જતાં.

કેટલાક ગરમ પ્રદેશોમાં વાતાવરણ ૪૫° સેન્ટિગ્રેડ જેટલું ગરમ થઈ જાય છે જે સહન ન થઈ શકે તેવું કહેવાય. આવી ગરમીમાં પણ આપણું લોહી, લિમ્ફ કે સ્નાયુ ૩૭°થી ૩૮°થી વધુ તપતા નથી છે ને ચમત્કાર.

આપણા મગજમાં હાઈપોથેલેમસ નામના ભાગમાં ઉષ્ણતા નિયંત્રણ હોય છે. જેને લીધે આપણે નથી બરફ થઈ જતા કે નથી વરાળ થઈ જતા.

લિવર : આપણું લિવર એક હજારથી વધુ પ્રકારના પાચક રસો બનાવે છે. આપણે આગળ વાત કરી કે ખોરાકમાંથી લોહી કેવી રીતે બને છે. તો તેનો આ જવાબ છે. લિવર જેવી કોઈ ફૅક્ટરી આપણે ઊભી કરવા ધારીએ તો અબજો રૂપિયા ખર્ચીને પણ શક્ય નથી.

આ તો શરીરના બેત્રણ અવયવોની વાત થઈ. આપણા શરીરના દરેક અવયવોને સૂક્ષ્મ રીતે જોશો તો એક અદ્ભુત, ચમત્કારી યંત્ર છે. આપણા શરીરને આપણા વેદો, ઉપનિષદોએ બ્રહ્માંડની નાની પ્રતિકૃતિ ગણાવી છે.

હવે આ કુદરતના શ્રેષ્ઠ નમૂનાને, કુદરતની ઉત્તમ રચનાને અલગ અલગ રોગોનું ઘર બનાવીને અલગ અલગ ડૉક્ટરોના ભરોસે છોડી દેવું તે ક્યાંનો ન્યાય છે. તે કુદરતનું પણ અપમાન છે. અમુક બીમારીઓ, રોગો એવા છે જ જેમ કે વાઈરલ ઈન્ફેકશન, ફંગલ ઈન્ફેકશન, જન્મજાત કોઈ ખોડખાંપણ, કોઈ અકસ્માત સ્ત્રીઓની સુવાવડ સમયની ઈમર્જન્સી અને એવી બીજી બીમારીઓમાં તમારે ચોક્કસ ઈમરજન્સી ટ્રીટમેન્ટમાં મેડિકલ સાયન્સ ડૉક્ટરો અને હૉસ્પિટલોની જરૂર પડે જ છે.

પણ ૧૦૦% માંથી ૯૦% રોગો તો આપણે ઊભા કરીએ છીએ. જેને આપણે ચોક્કસ અટકાવી શકીએ છીએ. જેવી રીતે આપણે મનુષ્યો બીમાર પડીએ છીએ, તેવી રીતે પશુ, પક્ષી, પંખીઓ બીમાર પડતાં નથી.

બીમાર પડવું શરીરનો ધર્મ નથી જ. બીમારી અકુદરતી છે. સ્વાસ્થ્ય તો કુદરતી છે. આજે થોડું વિપરીત (ઊંધું) થઈ ગયું છે. બીમારી સહજ થઈ ગઈ છે. પાંત્રીસથી સાંઠની ઉંમરમાં તો અલગ અલગ બીમારીઓ આવી જાય છે જે અકુદરતી છે. આપણે જ બીમાર પડીએ છીએ. આપણા ખોટા આચાર, વિચાર અને વિહારથી. આ વાત ઉપર ખૂબ વિચાર કરવો પડશે. આપણે કુદરત તરફ, આપણી સંસ્કૃતિ તરફ, આપણી યોગવિદ્યા તરફ પાછું આવવું પડશે. અને હજી મોડું નથી થયું. જાગ્યા ત્યારથી સવાર ગણીને ચાલો. આરોગ્ય તમારા હાથમાં જ છે. યોગાભ્યાસ નિયમિત કરો, યોગને સારી રીતે જાણો અને અભ્યાસ કરો.

દૃઢ નિશ્ચય કરો. પતંજલિ મુનિના બનાવેલ અષ્ટાંગયોગના રસ્તા ઉપર ચાલવાનો જે રસ્તો સંપૂર્ણ વિજ્ઞાન છે, સંપૂર્ણ આરોગ્યપ્રદ છે, શારીરિક, માનસિક, સામાજિક અને આધ્યાત્મિક ઉન્નતિ આપનારો છે. ચાલવું પડશે, અભ્યાસ કરવો પડશે. ચાલે બીજો અને મંજિલે તમે પહોંચો એવું તો નહિ જ બને, તો શરૂઆત કરો આજથી જ અત્યારથી જ.

આસન એટલે શું ?

આસન એટલે કસરત ? ના. આસન એટલે ફક્ત શારીરિક વ્યાયામ નથી, કસરત નથી. આસન એટલે શરીરને મારી મચડીને કોઈ સ્થિતિમાં પહોંચી જવું તે પણ નથી. આસન કોઈ ચિકિત્સા પદ્ધતિ નથી. આસન એટલે અંગ કસરતોના હેરત પમાડે તેવા પ્રયોગો પણ નથી. ઠીક છે આસન પ્રાણાયામના અભ્યાસથી ઘણા બધા રોગો મટે છે. મટી શકે છે પણ શરીરનું ઠીક થવું તે તો સાઇડ (બાય) પ્રોડક્ટ છે, લક્ષ્ય નથી.

આસનનું લક્ષ્ય સમાધિ છે. આસન એટલે શરીર અને મનની એક સુખપ્રદ અવસ્થા છે. શરીરને દૃઢતા આપે છે, સ્થિરતા આપે છે. મનને સ્થિરતા આપે છે અને આધ્યાત્મિક વિકાસ માટે તૈયાર કરે છે. આસનને મનોકાયિક વ્યાયામ એટલે કે મનનો વ્યાયામ કહેલો છે એ સુખપૂર્વકની સ્થિતિ છે. પીડાવાળી સ્થિતિ નથી.

આસન એટલે પતંજલી મુનિનાં આઠ પગથિયાંમાંનું ત્રીજું પગથિયું છે. (૧) યમ (૨) નિયમ (૩) **આસન** (૪) પ્રાણાયામ (૫) પ્રત્યાહાર (૬) ધારણા (૭) ધ્યાન (૮) સમાધિ.

આસન એટલે શરીરને કોઈ એક ચોક્કસ સ્થિતિમાં રાખવાનું હોય છે. પણ ચોક્કસ સ્થિતિમાં પહોંચી જવાથી જ આસન થઈ ગયું તેવું ન કહી શકાય. શરીરની રીતે સ્થિતિ સાચી હોઈ શકે પણ આસન એટલે ફક્ત શારીરિક ક્રિયા તો નથી જ. મનનો વ્યાયામ પણ છે. આસનની અંતિમ સ્થિતિમાં તમારું મન એ સ્થિતિની સાથે હોવું જોઈએ. કોઈ પણ આસનમાં જવાની રોકાવાની અને પાછા આવવાની ત્રણ ક્રિયા આપણે કરીએ છીએ. જવાની અને પાછા આવવાની ક્રિયાને ચલિત ભાગ એટલે કે હિલચાલવાળી સ્થિતિ કહી શકાય. અંતિમ સ્થિતિમાં રોકાવાની ક્રિયાને સ્થિરભાગ કહી શકાય. ચલિત ભાગમાં તમે પહોંચો ત્યારે હૃદયની ગતિ, શ્વાસની ગતિ અને લોહીનું દબાણ વધે છે. પરંતુ અંતિમ સ્થિતિમાં પહોંચી અમુક સમય સુધી તે સ્થિતિમાં રોકાવાથી હૃદયની ગતિ, શ્વાસની ગતિ અને લોહીનું દબાણ સામાન્ય થઈ જાય છે, અને તે સામાન્ય થતા સુધી તે સ્થિતિમાં રોકાવું જોઈએ. તે પછીથી જ આપણે આસનની સાચી સ્થિતિમાં પ્રવેશ કરીએ છીએ તેમ કહેવું વધારે ઉચિત છે. એટલે એમ કહી શકાય કે આસન કરવા કરતા આસનમાં હોવું વધારે યોગ્ય છે. **પ્રયત્ન શૈથિલ્યાનન્ત સમાપતિભ્યામ** પ્રયત્ન શૈથિલ્ય, બની શકે તેટલા ઓછામાં ઓછા પ્રયત્નથી સ્થિતિમાં રહેવું જોઈએ. અનંત સમાપતિ એટલે કે આપ જેને પણ માનતા હોય ઈશ્વર, પરમાત્મા, કુદરત, ગુરુ અથવા અન્ય ઉપર તમારું મન રાખવું જોઈએ. આસનના સાચા ફાયદા ત્યારે જ થાય જ્યારે પ્રયત્ન શૈથિલ્ય અને અનંત સમાપતિની શરત પૂરી પાડવામાં આવે.

આસનની અંતિમ અવસ્થા વખતે શરીરની સમરૂપ અવસ્થા હોય તે ખૂબ જરૂરી છે, કારણ કે શરીરની સ્થિતિને પ્રાણના પ્રવાહો સાથે અને પ્રાણના પ્રવાહોને ચિત્તની અવસ્થા સાથે સંબંધ છે.

કુર્યાત્ અધ્યાય ચેતસા - આસનના અભ્યાસ વખતે સતત અધ્યાત્માભિમુખી વલણ રાખવું જરૂરી છે. શરીરનું સ્વાસ્થ્ય જાળવી રાખવા માટે અંત:સ્ત્રાવી ગ્રંથિઓના સ્ત્રાવો નિયમિત અને પ્રમાણસર હોવા જોઈએ. શરીરના મળો નિયમિત દૂર થવા જોઈએ એટલે કે ઉત્સર્ગતંત્ર વ્યવસ્થિત કામ કરતું હોવું જોઈએ. તમારું જ્ઞાનતંત્ર વ્યવસ્થિત કામ કરતું હોવું જોઈએ. શરીરના બધા જ કોષોને આવશ્યક પોષક તત્ત્વો નિયમિત અને પ્રમાણસર મળતા હોવા જોઈએ. રુધિરાભિસરણ તંત્ર અને પાચનતંત્ર સ્વસ્થ હોવું જોઈએ.

આસન, પ્રાણાયામ, ધ્યાનના અભ્યાસથી આ બધા જ તંત્રો ઉપર ખૂબ સારી અસર થાય છે જ તેથી યોગનો અભ્યાસ કરતા કરતા તમે શારીરિક, માનસિક, સ્વાસ્થ્ય તો પ્રાપ્ત કરી જ લેશો. યોગાસનો મગજને સારી માત્રામાં લોહી પૂરું પાડે છે અને મગજમાંથી નીકળનાર જ્ઞાનતંતુઓને સ્વસ્થ રાખે છે. ઘણા બધા આસનો કરોડરજ્જુને સ્વસ્થ અને લચીલી બનાવી તેની કાર્યક્ષમતામાં વધારો કરે છે. જેમ કે ભુજંગાસન, શલભાસન, હલાસન, ધનુરાસન, ચક્રાસન, પાદહસ્તાસન. આ અને આવા ઘણા બધા આસન કરોડરજ્જુને સ્વસ્થ અને લચીલી બનાવી તેની કાર્યક્ષમતામાં વધારો કરે છે. આ રીતે અન્ય કોઈ પણ વ્યાયામ, પદ્ધતિ કરતા યોગનો અભ્યાસ વધારે સારો છે.

અંત:સ્ત્રાવી ગ્રંથિઓ પિચ્યુટરી, પીનિયલ, થાઇરોઇડ, પેરાથાઇરોઇડ, એડ્રીનલ પેન્ક્રીયાઝગ્રંથિઓના સ્વાસ્થ્ય માટે પણ આસનો ખૂબ જ ઉપયોગી સાબિત થયેલ છે.

પાચનતંત્રને સ્વસ્થ રાખવા માટે નાનું, મોટું આંતરડું, પેટના સ્નાયુઓ, હોજરી સ્વસ્થ હોય તે જરૂરી છે. પાચનતંત્રને સ્વસ્થ રાખવા માટે પણ ઘણા બધા આસનો ખૂબ જ મહત્ત્વનો ભાગ ભજવે છે. આસનો હૃદયના સ્નાયુઓની પેશીઓને બળવાન બનાવે છે. રુધિરાભિસરણ તંત્રને સ્વસ્થ રાખવામાં પણ આસનો ખૂબ જ મહત્ત્વનો ભાગ ભજવે છે. શ્વસનતંત્રને સ્વસ્થ અને કાર્યક્ષમ બનાવવા માટે પણ આસન, પ્રાણાયામ મહત્ત્વનો ભાગ ભજવી શકે છે. શરીરમાં પેદા થતાં મળો જેમ કે મળ, મૂત્ર, કફ, કાર્બનડાયોક્સાઇડ વગેરે વિના વિલંબે શરીરની બહાર નીકળે તે સ્વાસ્થ્ય માટે ખૂબ આવશ્યક છે. તેના માટે પણ આસન પ્રાણાયામ ખૂબ મહત્ત્વનો ભાગ ભજવી શકે છે. ફેફસા, શ્વાસનળી, શ્વસનતંત્રના અવયવો કાર્યક્ષમ રહે તેના માટે ઘણાં આસનો, કપાલભાતી, પ્રાણાયામ ખૂબ મહત્ત્વનો ભાગ ભજવે છે. મોટું આંતરડું, મળાશય, કિડની મૂત્રાશયને સ્વસ્થ અને કાર્યક્ષમ રાખે તેવા ઘણા આસનો છે. તેથી કોઈ પણ જાતની શંકા વગર સાબિત થાય છે કે શારીરિક અને માનસિક સ્વાસ્થ્ય માટે યોગાસન, પ્રાણાયામ, ધ્યાનનો નિયમિત અભ્યાસ ખૂબ જરૂરી છે. શરીરની સ્થિરતા હલકાપણું. દૃઢતા માટે પણ આસન મદદરૂપ બને છે.

મૃદુમધ્યાધિમાત્રત્વાત્ તતોઽપિ વિશેષ: ॥ ૨૨ ॥

યોગાભ્યાસી માટે જરૂરી સૂચનો

૧. પુસ્તકો વાંચીને માત્ર તેના આધારે જ યોગનો અભ્યાસ ન કરવો જોઈએ. શરૂઆતમાં યોગ્ય ગુરુ (જાણકાર વ્યક્તિ)ના માર્ગદર્શન પ્રમાણે અભ્યાસ કરવો જોઈએ. ખોટી રીતથી કરેલો અભ્યાસ શરીરના અને મનના સ્વાસ્થ્યને નુકસાન પહોંચાડી શકે છે.

૨. યોગાભ્યાસ દરમિયાન વિદ્વતા માટે નહિ પણ સમજ, વિવેક અને પ્રેરણા માટે ઉત્તમ યોગના ગ્રંથો (પુસ્તકો) વાંચવા જોઈએ.

૩. આસન, પ્રાણાયામ, ધ્યાન, શુદ્ધિક્રિયાઓ શીખીને તેમાં કુશળતા પ્રાપ્ત કરવા માત્રથી યોગ સિદ્ધ થતો નથી. કાયમી અભ્યાસ, આધ્યાત્મિક દૃષ્ટિકોણથી કરેલા અભ્યાસથી જ યોગમાં પ્રગતિ થાય.

૪. ઘણા બધા આસનો છે, પ્રાણાયામ છે, શુદ્ધિક્રિયાઓ અને બંધો છે, મુદ્રાઓ છે. બધું બધા માટે નથી હોતું, બધું બધા કરી શકે તેવું પણ નથી હોતું, અને બધું કરવાની જરૂર પણ નથી હોતી. તેમાંથી ગુરુ (યોગ્ય વ્યક્તિ)ની સહાયથી સાધકે પોતાની જરૂરિયાત પ્રમાણેનો અભ્યાસ કરવો જોઈએ.

૫. વધુ પડતો થાક લાગે, શરીરમાં કોઈ વિકૃતિ, કોઈ દુ:ખાવો થાય તો કંઈક ભૂલ છે તે સમજી યોગ્ય વ્યક્તિની સલાહ લેવી.

૬. કેટલાક શિક્ષકો કે લેખકો યૌગિક ક્રિયાઓની નવી નવી ટૅક્નિકો, રીતો શોધીને કરતા કે કરાવતા હોય છે. આવા પ્રયોગો ન કરવા જોઈએ.

૭. દરેક ક્રિયા એક ક્રમમાં થવી જોઈએ. જેમ કે પ્રાણાયામની શરૂઆતમાં કુંભક ન કરવો જોઈએ. ફક્ત પૂરક અને રેચકનો અભ્યાસ કરવો જોઈએ. લાંબા અભ્યાસ પછી કુંભકનો અભ્યાસ ત્રણ બંધ (૧) ઉડ્ડીયાન બંધ (૨) મૂલ બંધ (૩) જાલંધર બંધ. સાથે યોગ્ય જાણકાર વ્યક્તિના માર્ગદર્શન નીચે કરવો જોઈએ. કારણ કે પ્રાણાયામ અગ્નિ જેમ પાવક છે અને ખોટી રીતે પ્રયોગ કરો તો દાહક પણ છે. તેવું જ આસનો માટે પણ સીધા જ સર્વાંગાસન કે શીર્ષાસનનો અભ્યાસ કે બીજા અઘરા આસનોનો અભ્યાસ ન કરવો જોઈએ. યોગની ઘણી બધી ક્રિયાઓમાં ક્રમિકતા રહેલી છે.

૮. નાની ઉંમરનાં બાળકોને યોગાભ્યાસ ન કરાવવો. દસેક વર્ષનાં બાળકો સરળ આસનોથી શરૂ કરી શકે. બાળકોને શીર્ષાસન, મયૂરાસન, સર્વાંગાસન, શલભાસન કે શુદ્ધિ ક્રિયાઓ કે પ્રાણાયામનો કુંભક સાથેનો અભ્યાસ ન કરાવવો જોઈએ. કોઈ અપવાદ કેસમાં યોગ્ય વ્યક્તિની સલાહ લઈ કરાવી શકાય.

૯. યોગાભ્યાસ કરતી વખતે મળ-મૂત્રના વેગો ન રોકવા.

૧૦. કેટલીક બીમારીની સારવારમાં યૌગિક ક્રિયાઓનો અભ્યાસ કરી શકાય, પણ યોગ્ય જાણકાર વ્યક્તિના માર્ગદર્શન નીચે જ.

૧૧. સિદ્ધિઓ પ્રાપ્તિના રવાડે ન ચડવું.

૧૨. કોઈ પણ પ્રકારની અનુભૂતિઓ થાય તો અટકી જવું નહિ. યોગ્ય વ્યક્તિની સલાહ લઈ અભ્યાસ આગળ ચાલુ રાખવો.

૧૩. અભ્યાસ કરતી વખતે શરીરમાં ખૂબ ધ્રુજારી થાય, શ્વાસ ટૂંકા થવા લાગે, આંચકા આવે. આવાં લક્ષણો સારાં નથી તેથી ખૂબ કઠિન અભ્યાસ ન કરવો અથવા જાણકારની હાજરીમાં કરવો.

૧૪. 'હઠયોગ પ્રદીપિકા' ગ્રંથમાં સાધકે ત્યાગ કરવા લાયક અને ગ્રહણ કરવા લાયક અમુક બાબતો સૂચવેલી છે જે યોગાભ્યાસીએ યાદ રાખવી.

૧૫. **અત્યાહાર પ્રયાસશ્ય પૃજલ્યો નિયમાગ્રહ જનસંદ્રશ્ય લોલ્યંવ ષડભિયોગો વિનિશ્યતિ**

અર્થ : અતિઆહાર, વધુ પડતો શ્રમ, વૃથા બોલવું (જરૂર વગરનું વધારે) નિયમોનું જડતાથી પાલન કરવું, જનસંપર્ક અને ચંચળતા આ છ દોષોથી યોગ નષ્ટ થાય છે.

૧૬. **ઉત્સાહાત સાહસાત ધૈયતિ તત્ત્વજ્ઞાનાત નિશ્ચયાત ।**

જનસંગ પરિત્યાગાત ષડેભિયોગ પ્રસિદ્ધયતિ ॥

અર્થ : ઉત્સાહથી, સાહસથી, ધીરજથી, તત્ત્વજ્ઞાનથી, નિશ્ચયથી અને જનસંપર્કના ત્યાગથી એમ છ ગુણોથી યોગમાં પ્રગતિ થાય છે, યોગ સિદ્ધ થાય છે

૧૭. યોગાભ્યાસ કરતી વખતે કપડાં ખૂલતા પહેરવા.

૧૮. ગુરુત્વાકર્ષણનો અનુભવ કરવો.

૧૯. હવા-ઉજાસવાળા સ્થળનો ઉપયોગ કરવો. હવાના સપાટા લાગે તેવા ખુલ્લા સ્થળનો ઉપયોગ ન કરવો.

૨૦. પોતાની ક્ષમતા મુજબ જ થાકી ન જવાય તે રીતે અને તેટલા જ આસનો કરવા.

૨૧. યોગાભ્યાસ કરતી વખતે પોતાનું આસન શેતરંજી અલગ જ રાખવી અને તેની જાડાઈ પ્રમાણસર હોવી જોઈએ. પાતળી શેતરંજીનો ઉપયોગ કરવાથી બેકપેઈન થઈ શકે છે તેથી આસન બરોબર હોવું જરૂરી છે.

૨૨. ઉશ્કેરાટ વગર શાંત મનથી અભ્યાસ કરવો.

૨૩. ઉતાવળ કે શરીરને ઝટકા આપ્યા વગર સ્થિતિમાં જવું.

૨૪. આસનો સ્થિતિ છે, કસરત નથી. મનોકાયિક વ્યાયામ છે. મનથી અભ્યાસ કરવો ખૂબ જરૂરી છે. આસનો કરતી વખતે મન યોગની ક્રિયામાં રહે તે ખૂબ જરૂરી છે.

૨૫. આસનમાં ત્રણ ક્રિયાઓ થાય છે (૧) જવાની (૨) રોકાવાની (૩) પાછા આવવાની. ત્રણેય સ્થિતિ મહત્ત્વની સમજવી. જોર જબરજસ્તી કરી અંતિમ સ્થિતિમાં પહોંચી જવું નહિ.

૨૬. આસનોની સ્થિતિ સુગમતાપૂર્વક અને સ્વસ્થતાથી બનાવી રાખવી જોઈએ, જબરજસ્તીથી નહિ.

૨૭. સરળ આસનોથી શરૂ કરી ભારે આસનો તરફ જવું.

૨૮. આસનોનો અભ્યાસ નિયમિત કરવો જોઈએ.

૨૯. ખાલી પેટે આસનો કરવા. પ્રવાહી, ચા-દૂધ-કોફી પછી અર્ધા કલાક અને ખોરાક લીધા બાદ ચારથી પાંચ કલાક બાદ આસનો કરવા.

૩૦. આસનો ક્રમથી કરવા. ઘણા આસનોના પૂરક આસનો હોય છે. તે કરવાથી ફાયદો વધારે થાય છે.

૩૧. ચશ્માં, ઘડિયાળ, પટ્ટો કાઢી નાખવા.

૩૩. સ્નાન કર્યા પછી લોહીનું પરિભ્રમણ સારું થવાથી શરીરનું અક્કડપણું ઓછું થાય છે તેથી શક્ય હોય ત્યાં સુધી સ્નાન કરીને જ આસનો કરવા.

૩૩. બહેનો માસિક ધર્મના ચાર દિવસ આસનો ન કરે.

૩૪. સખત પરિશ્રમ કે ભારે કસરતો કર્યા પછી તુરત આસનો ન કરવા.

૩૫. દરેકની ઉંમર, શારીરિક ક્ષમતા, શરીરનું લચીલાપણું, દરેકનો રોગ અલગ અલગ હોય છે તેથી બીજાને જોઈને આસનો ન કરવા.

૩૬. આસનમાં શરીરના મસલ્સ (સ્નાયુ) ત્રણ પ્રકારે કામ કરે છે. ૧. એક્ટીવ મસલ્સ એટલે કે આસનમાં કામ કરતા સ્નાયુ. ૨. રિલેક્ષ મસલ્સ એટલે કે કામમાં ન આવતા સ્નાયુઓ. ૩. સપોર્ટિંગ મસલ્સ એટલે કે મદદ કરતા સ્નાયુઓ.

આસનમાં જે હિસ્સો (સ્નાયુઓ) કામ ન કરતા હોય તેને ઢીલાં જ રાખવા. ઓછામાં ઓછી શક્તિનો ઉપયોગ કરીને આસનો કરવા.

૩૭. પાંચ ગુણોની આવશ્યકતા ૧. ઉત્સાહ, ૨. સાહસ, ૩. ધૈર્ય, ૪. નિશ્ચય, ૫. નિરંતરતા.

૩૮. બહેનો સગર્ભાવસ્થાના ચોથા મહિનાથી આસન ન કરે. સુવાવડ નોર્મલ (સામાન્ય) હોય તો એક મહિના પછી અને ઑપરેશન કરવું પડ્યું હોય તો ચાર મહિના પછી જાણકારનું માર્ગદર્શન લઈને અભ્યાસ કરે.

યોગના અભ્યાસમાં આહારનું મહત્ત્વ :

૧. સાત્ત્વિક આહાર લેવો.

૨. મિતાહાર કરવો, ખૂબ ચાવીને જમવું.

૩. દિવસમાં બે જ વાર જમવું. જમતી વખતે વાતચીત ન કરવી. ફક્ત જમવામાં જ મન રાખવું.

૪. સ્વાદ ખાતર નહિ, સ્વાસ્થ્ય ખાતર જમવું.

૫. જમ્યા પછી અર્ધાથી એક કલાક પછી પાણી પીવું.

૬. જઠરાગ્નિ મંદ હોય તેવી વ્યક્તિઓએ પ્રોટીનવાળો ખોરાક ઓછો લેવો. કબજિયાતની તકલીફ હોય તેઓએ દરેક પ્રકારની દાળ (મગની દાળ સિવાય), બટેટા, રીંગણા, ડુંગળી ન ખાવા.

૭. બધાં જ પીણાંઓનો ત્યાગ કરવો, ચોખ્ખું પાણી અમૃત સમાન છે. ધૂમ્રપાન, મદ્યપાન, તમાકુ હાનિકારક છે.

૮. અઠવાડિયામાં એક દિવસ ઉપવાસ કરવો. ફક્ત પાણી ઉપર અને ન થાય તો ફક્ત ફળોનો રસ લઈ શકાય.

૯. મેંદો, મેંદાની બનાવટો ન લેવી. બેકરીની આઈટમો ન લેવી.

૧૦. જમવાનો અને સૂવાનો ટાઈમ ફિક્સ રાખવો.

૧૧. સાંજે શક્ય હોય તો સૂર્યાસ્ત પહેલાં જમી લેવું. સાંજનો ખોરાક ભારે ન લેતા હલકો લેવો.

આસનો મુખ્ય ત્રણ પ્રકારના છે.

૧. મેડિટેટીવ (ધ્યાન, ધારણાત્મક) - જેમાં પદ્માસન, સિદ્ધાસન, સ્વસ્તિકાસન, સમાસન

૨. રિલેક્ષ થવા માટેના (વિશ્રાંતિકારક) - જેમાં શવાસન, મકરાસન

૩. કલ્ચરલ આસન એટલે કે શરીર સંવર્ધનાત્મક શરીરને ઠીક કરવાવાળા. જેમાં બાકીના બધા જ આસનો આવી જાય છે.

સત્ગુરુ

યોગ અધ્યાત્મવિદ્યા છે અને તેમાં ગુરુનું હોવું અનિવાર્ય છે. ગુરુ વગર જાણકારી તો મેળવી શકાય પણ જાણવું ન બને. જાણકારી શબ્દોની કહેવાય, જાણકારી બહારની કહેવાય, જ્યારે જાણવું તે અનુભવનું અને અંદરનું કહેવાય. તમે અંદર, યોગ્ય માર્ગદર્શન વગર જઈ જ ન શકો કારણ કે આપણું વ્યક્તિત્વ બહિર્મુખી હોય છે. સતત બહારની તરફ ભટકતી આપણી પાંચેય જ્ઞાનેન્દ્રિયોને જો અંદરની તરફ વાળવી હશે તો, ગુરુ અનિવાર્ય સમજવા અને યોગને સમજવા માટે અંદર જવું પણ અનિવાર્ય છે.

યોગ એટલે શરીરને મારી મચડીને કોઈ આસનની સ્થિતિમાં જવું એવો અર્થ નથી જ. આસન, પ્રાણાયામનો અભ્યાસ કરતાં-કરતાં જો અંદરની તરફ ન જઈ શકતા હોય તો તે આસન, પ્રાણાયામથી શું ઉપલબ્ધ થશે ઠીક છે. નાની મોટી શરીરની તકલીફ દૂર થશે પણ તે યોગનું લક્ષ્ય તો નથી જ.

બધા જ ધર્મોમાં આ વાતનું પ્રમાણ તો આપેલું છે જ, કે ગુરુ વગર આધ્યાત્મિક પંથમાં આગળ વધી શકાતું નથી વેદો, શાસ્ત્રો, પુરાણોમાં ગુરુની આવશ્યકતાના અનેક પ્રમાણો મળે છે.

વેદવ્યાસના પુત્ર શુકદેવને તો માના ગર્ભમાં જ જ્ઞાન પ્રાપ્ત થયું હતું છતાં જ્યારે વિષ્ણુપુરીમાં ગયા તો ત્યાં તેમને નુગરા (ગુરુ વગરના) હોવાના કારણે પ્રવેશ ન મળ્યો. આખરે જનક રાજાને ગુરુ બનાવ્યા. રામ અને કૃષ્ણએ વશિષ્ટમુનિ અને સાંદીપની મુનિને ગુરુ બનાવ્યા હતા. રાજા જનકને આત્મજ્ઞાન દેવાવાળા અસ્ટ્રાવક્ર હતા. ભર્તુહરિએ ગોરખનાથ પાસેથી, અર્જુને કૃષ્ણ પાસેથી, વિવેકાનંદે રામકૃષ્ણ પરમહંસ પાસેથી આત્મીક જીવન મેળવેલું.

લગભગ સંતોએ પોતાની વાણીમાં ગુરુનું વર્ણન કરેલું છે. ઘણા સંતોએ ગુરુનું વર્ણન નથી કરેલું, છતાં તેમના ગુરુ તો હતા જ, દિવાથી દિવો પ્રગટે.

સંસારની દરેક વિધામાં કુશળતા પ્રાપ્ત કરવા માટે ગુરુની આવશ્યકતા પડે છે. રસોઈ બનાવવા અને ઘરના કામમાં છોકરીને 'મા' માર્ગદર્શન આપી વ્યવહાર, કામમાં કુશળ બનાવે છે, સ્કૂલમાં પણ ગુરુઓની આવશ્યકતા હોય છે. જ્યારે યોગ તો એક ગૂઢ વિદ્યા છે અને તે શિખવા માટે ચોક્કસ યોગ્ય ગુરુની આવશ્યકતા છે જ.

સ્કંધપુરાણમાં કહ્યું છે :

ગુરુ બ્રહ્મા ગુરુ વિષ્ણુ ગુરુ દેવો મહેશ્વર ।
ગુરુ સાક્ષાત્ પરબ્રહ્મ તસ્મૈ શ્રી ગુરુવે નમઃ ॥

આ શ્લોકમાં ગુરુનું મહત્ત્વ બતાવેલું છે. તે એટલા માટે કે આપણે સારા, સાચા શિષ્ય બનીએ યોગમાં શિષ્ય હોવું તે ખૂબ મોટી ઉપલબ્ધી છે. એટલે પહેલા સારા શિષ્ય બનવા પ્રયત્ન કરવો.

ઓમકાર (ૐ)

ઓમકાર (ૐ) ના સો(૧૦૦) અર્થ છે. તેમાંનો એક છે ઈશ્વર ને આમંત્રણ.

પ્રાત:કાલ (સૂર્ય ઊગતા પહેલા) ઓમકાર (ૐ)નો અભ્યાસ કરવામાં આવે તો મસ્તિકની કોશિકાઓમાં કંપન, હલચલ પેદા થાય અને મસ્તિકની કોશિકાઓ જાગૃત થાય છે. તેનાથી અનેક પ્રકારના શારીરિક રોગો, માનસિક રોગો દૂર થાય છે. સ્મરણશક્તિ તેજ બને છે, ઘણા ન ઉકેલાતા પ્રશ્નોના જવાબ મળે છે. ઓમકાર(ૐ)ના ઉચ્ચારણથી માનસિક શાંતિ અને ઉપાસનાથી મુક્તિ મળે છે. ઓમકાર(ૐ)ને પરમાત્માનું મુખ્ય નામ કહેલ છે.

ઓમકાર (ૐ) બોલવાની બે રીત :

(૧) ઓ નું ઉચ્ચારણ લાંબું (75%) અને મ ની ધ્વની ટૂંકી (25%) શારીરિક લાભ માટે.

(૨) ઓ નું ઉચ્ચારણ ટૂંકું (25%) અને મ ની ધ્વની લાંબી (75%) માનસિક શાંતિ અને આધ્યાત્મિક સ્તરને ઉપર ઉઠાવે.

આસન પ્રાણાયામ ધ્યાનના અભ્યાસ પહેલા ઓમકાર (ૐ)નો અભ્યાસ કરવો. ઓછામાં ઓછા પાંચ ઓમકાર (ૐ) કરવા, વધુની કોઈ મર્યાદા નથી.

યોગાસનો (આસનો)

પીઠ પર કરવાના આસનો

પીઠ પર કરવાના દરેક આસનમાં 'સ્થિતિમાં આવવું' એટલે બંને પગ નજીક અને બંને હાથ શરીરની નજીક. હથેળી જમીન ઉપર. દરેક આસનમાં શરૂઆતમાં પંદરથી વીસ સેકંડ રોકાવું. અભ્યાસ વધતા ત્રીસથી સાંઈઠ સેકન્ડ રોકાવું. પાછા આવીને રિલેક્ષ થવું ખૂબ જરૂરી છે. ઊંડા શ્વાસના બે-ત્રણ રાઉન્ડ કરવાથી થાક દૂર થશે અને પછીથી જ બીજું આસન કરવું. જેઓને બંને પગથી આસન કરવું અઘરું લાગતું હોય તેઓ શરૂઆતમાં એક-એક પગેથી પણ કરી શકે છે.

૧. ઉત્તાનપાદાસન

સ્થિતિમાં આવી બંને પગ એક સાથે ૪૫° સુધી ધીરે ધીરે લઈ જવા. ત્રીસથી સાંઈઠ સેકન્ડ રોકાવું અને ધીરે ધીરે પગને પાછા લાવવા. પાછા આવીને તુરત રિલેક્ષ થવું.

લાભ : પેટના સ્નાયુઓ મજબૂત થાય છે, પેટના અંગોને મસાજ થાય છે, જઠરાગ્નિ તેજ થાય છે. પેટ, કમર, નિતંબની ચરબી દૂર થાય છે. સ્ત્રીઓની માસિક સંબંધી તકલીફોમાં ફાયદો થાય છે.

સાવધાની : પેટમાં અલ્સર, લમ્બર સ્પોન્ડીલાઈટીસની તકલીફ હોય તેઓ ખૂબ સાવધાનીથી કરે.

તત: પ્રત્યક્ ચેતનાધિગમોઽપ્યન્તરાયાભાવાશ્ચ ॥ ૨૯ ॥

૨. અર્ધ હલાસન

સ્થિતિમાં આવી બંને પગ એક સાથે ધીરે ધીરે ૯૦° સુધી લઈ જવા. ત્રીસથી સાંઈઠ સેકન્ડ રોકાવું. ધીરે ધીરે પાછા આવવું. પાછા આવતી વખતે પગને પાડવા નહિ. ગોઠણમાથી વાળવા નહિ. રિલેક્ષ...

લાભ : ઉત્તાનપાદાસનથી થતા બધા લાભો ઉપરાંત પિચોટી (નાભી) ખસી જતી હોય તેના માટે ખૂબ જ ઉત્તમ આસન છે. ત્રણથી પાંચ વાર આ આસન કરવાથી નાભિ તેના સ્થાને આવી જાય છે.

3. સરલ મત્સ્યાસન

સ્થિતિમાં આવી બંને હાથથી બંને પગને સાઇડમાંથી પકડવા, હાથને અલગ અલગ ત્રણ સ્થિતિમાં રાખી શકાય. બીજી રીત હાથને કોણીમાંથી વાળી કોણીથી હથેળી સુધીનો ભાગ ઉપર રહે. મુઠ્ઠી બંધ કરવી. ત્રીજી રીત હાથને નિતંબની નીચે પણ રાખી શકાય. હવે કોણીને દબાવી છાતીને ઊંચકવી, ગરદન ઢીલી રાખવી અને માથાનો વચ્ચેનો ભાગ જમીન ઉપર આવે તેવો પ્રયત્ન બેથી ત્રણ વાર કરી પછી જે પણ સ્થિતિ બને તેમાં ત્રીસથી સાઇંઠ સેકન્ડ રોકાવું. પગને ઢીલા રાખવા. પેટને ઢીલું રાખવું. શ્વાસ ચાલુ રાખવો. ધીરે ધીરે પાછા આવવું. રિલેક્ષ...

લાભ : આ આસનમાં શ્વાસનળી, સ્વરપેટી ખુલ્લા રહેવાથી ઊંડા શ્વાસોશ્વાસ લેવામાં સરળતા રહે છે. ફેફસાં પહોળાં થાય છે તેથી પૂરતા પ્રમાણમાં શુદ્ધ પ્રાણવાયુ મળે છે. શ્વાસને લગતા રોગો દમ, અસ્થામા, ટૂંકા શ્વાસ માટે ઉત્તમ, થાઇરોઇડની તકલીફમાં ફાયદો થાય. કરોડરજ્જુ અને પીઠની માંસપેશીઓ મજબૂત થાય છે. ચહેરાનું તેજ વધે છે.

સાવધાની : ગરદનના મણકાની (સર્વાઇકલ) તકલીફ હોય તેઓ ખૂબ સાવધાનીથી કરે અથવા યોગ્ય જાણકાર યોગશિક્ષકની સલાહ લઈ કરે.

દુઃખદૌર્મનસ્યાડ્ઙ્ગમેજયત્વશ્વાસપ્રશ્વાસવિક્ષેપસહભુવઃ ॥ ૩૧ ॥

૪. પવનમુક્તાસન

સ્થિતિમાં આવી જમણા પગને ગોઠણમાંથી વાળવો. પછી ડાબા પગને વાળવો. પછી બંને ગોઠણ છાતી તરફ લેવા હાથનો હુંક બનાવવો. લચીલાપણું વધારે હોય તો એક હાથથી બીજા હાથને કોણી પાસેથી પકડવો. હવે ધીરે ધીરે બંને પગને છાતીની નજીક લાવવા. જર્ક લગાવીને ન લાવવા. ધીરે ધીરે દબાવતા જવું. ગોઠણ છેક છાતી સુધી લાવવા પ્રયત્ન કરવો. પછીથી ચહેરો ઊંચકી કપાળ, નાક અથવા દાઢી ગોઠણને લગાવવા કોશિશ કરવી. અંતિમ સ્થિતિમાં શ્વાસ ચાલુ રાખવો. પેટને ઢીલું રાખવું. ત્રીસથી સાંઈઠ સેકન્ડ રોકાવું. પછી પાછા આવવું. પહેલા ચહેરો પાછો લાવવો. પછી હાથ ખોલવા અને પગને સીધા કરવા અને રિલેક્ષ થવું.

આ આસનનું બીજું નામ શ્રમહરાસન પણ છે એટલે કે થાકને દૂર કરવાવાળું. પ્રયોગ કરી જોશો. જ્યારે કામ કરીને અથવા મુસાફરી કરીને ખૂબ થાકેલા હોય ત્યારે આ આસન ચહેરો ઊંચક્યા વગર ફક્ત પગને દબાયેલા રાખીને બે મિનિટથી પાંચ મિનિટ રોકાવું. થાક દૂર થઈ જશે. બીજું આ આસનમાં ચહેરો ઊંચક્યા વગર અશ્વિની મુદ્રાનો પણ અભ્યાસ કરી શકાય.

અશ્વિની મુદ્રા વિશે...

આપણા શરીરમાં મુખ્ય પાંચ પ્રાણ છે. (૧) પ્રાણ (૨) અપાન (૩) વ્યાન (૪) ઉદાન (૫) સમાન

પ્રાણ અને અપાન વાયુ તેનું સ્થાન છોડી ઉપર અથવા નીચે જાય ત્યારે કોઈ ને કોઈ એવો રોગ થાય કે જેનું કોઈ પણ જાતના લૅબોરેટરી ટેસ્ટથી પણ કોઈ નિદાન ન થાય. આવી સ્થિતિમાં અશ્વિની મુદ્રાના અભ્યાસથી બંને પ્રાણ તેની યોગ્ય જગ્યાએ આવી જાય છે અને તકલીફ મટે છે. અશ્વિની મુદ્રામાં ગુદાદ્વારને ઉપરની તરફ ખેંચવા અને થોડી વાર રોકાવું. પછી ગુદાદ્વારને બહારની તરફ ફેંકવા અને થોડીવાર રોકાવું. આવું ત્રણ વાર કરવું.

લાભ : ગૅસ, એસિડિટી, કબજિયાત, પેટ ભારે રહેવું વગેરેમાં ખૂબ લાભ થાય છે. ફેફસાં અને હૃદય માટે સારું વાયુથી થતા સાંધાના દુઃખાવા માટે ઉત્તમ. આંતરડા અને મળાશયમાંથી અપાનવાયુ બહાર આવી જાય છે.

સાવધાની : ગરદનના મણકાની તકલીફ હોય તેઓ ચહેરો ન ઊંચકે, હરસ-મસાની તકલીફ હોય તેઓ અશ્વિની મુદ્રાનો અભ્યાસ ન કરે.

૫. નૌકાસન

સ્થિતિમાં આવી બંને પગ એક સાથે ધીરે ધીરે ૪૫° સુધી ઊંચકવા પછી પીઠ, છાતી, અને ચહેરો ઊંચકીને હાથ ખોલીને પગના આંગળા તરફ રાખવા. હોડી જેવો આકાર થશે. આ આસન થોડું અઘરું છે. તેથી ધીરે ધીરે આગળ વધવું. ત્રીસથી સાંઈઠ સેકન્ડ રોકાવું. પછી પાછા આવવું અને રિલેક્ષ થવું.

લાભ : સાંધાઓની સ્ટીફનેસ (કડકપણું) દૂર થાય છે. લિવર અને પેન્ક્રિયાઝ માટે ખૂબ સારું. ડાયાબિટીસ અને લિવરના રોગો માટે ઉત્તમ. પેટની અંદરના અવયવોને મસાજ મળે. જઠરાગ્નિ તેજ થાય. પાચનક્રિયા સુધરે, કરોડરજ્જુ તથા આંતરડામાં ગતિ તેમજ ક્રિયાશીલતા વધે.

સાવધાની : કરોડરજ્જુમાં કોઈ મોટી તકલીફ હોય, હાઈ બ્લડપ્રેશર કે હાર્ટની તકલીફ હોય તેઓ ખૂબ સાવધાનીથી કરે.

મૈત્રીકરુણામુદિતોપેક્ષાણાં સુખદુઃખપુણ્યાપુણ્યવિષયાણાં ભાવનાતશ્ચિત્તપ્રસાદનમ્ ॥ ૩૩ ॥

૬. સેતુબંધાસન

સ્થિતિમાં આવી બંને પગ ગોઠણમાંથી વાળી પગના પંજા છેક નિતંબ સુધી લાવવા. બંને પગ વચ્ચે થોડુ અંતર રાખવું. હવે પગના પંજાને જમીન સાથે દબાવીને પેટ, પીઠ, નિતંબને એક સાથે ઊંચકવા. ગરદન અને મસ્તિષ્ક જમીન પર જ રહેશે. બંને હાથની હથેળીઓને કમરની નીચે રાખવી. કોણી જમીન પર જ રહેશે. કોણી, હાથની હથેળી અને પગના તળિયા ઉપર શરીરનું વજન રહેશે. ત્રીસથી સાંઈઠ સેકન્ડ રોકાવું. ધીરે ધીરે પાછા આવવું. રિલેક્ષ...

લાભ : કમરદર્દ માટે ખૂબ ઉત્તમ, ખભા, ગરદન, કોણી, હાથના પંજા અને થાપાની મજબૂતાઈ વધે. ગૅસ, એસિડિટી, ખાધેલું પચવું નહિ, પેટ ભારે રહેવું વગેરેમાં ખૂબ લાભ થાય. કરોડરજ્જુ લચીલી અને મજબૂત થાય.

૭. વિપરીતકરણી મુદ્રા

સ્થિતિમાં આવો બંને પગ મળેલા હાથ બાજુમાં હથેળી જમીન પર બંને પગ એક સાથે ધીરે ધીરે ૯૦°ના ખૂણે લાવો એટલે કે અર્ધહલાસન. હવે પગને માથા તરફ લો એટલે નિતંબ થોડા ઊંચા થશે. બંને હાથની હથેળીઓ નિતંબને આધાર આપે તેવી રીતે રાખો. હવે બંને પગને માથા તરફ લાવતા પગને ઉપર તરફ સીધા લઈ જાવ. માથાથી કમર સુધીનો ભાગ વળેલો રહેશે. કમરથી પગ ઉપર સીધા રહેશે, કોણીને જમીન પર દૃઢતાથી ગોઠવો કારણ કે શરીરનું વજન કોણી ઉપર આવશે. સ્થિરતાથી સ્થિતિમાં રોકાવું પછી વિપરીત ક્રમથી પાછા આવવું.

લાભ : હઠયોગની માન્યતા પ્રમાણે માથામાં ચંદ્ર અને નાભિમાં (ડુંટી) સૂર્યનું સ્થાન છે. ચંદ્રમાથી અમૃત ટપકે છે. તે નાભિનો સૂર્ય ગ્રસી જાય છે. વિપરીતકરણીમાં સૂર્ય-ચંદ્રની સ્થિતિ વિરુદ્ધ થાય છે. ચંદ્રમાંથી ટપકતું અમૃત, સૂર્ય સુધી નથી પહોંચતું અને તેનો ઉપયોગ આધ્યાત્મિક ઉન્નતીમાં થાય છે, તેથી હઠયોગમાં વિપરીતકરણી મુદ્રાને ખૂબ ઊંચું સ્થાન આપેલું છે. વિશેષ પેટના અવયવોને સ્વસ્થ કરે છે, હર્નિયા (સારણગાંઠ)ની તકલીફમાં ખૂબ ઉપયોગી જ્ઞાનતંત્ર અને કરોડરજ્જુ ઉપર ખૂબ સારી અસર, ડાયાબિટીસમાં લાભ થાય.

સાવધાની : હાઈપર ટૅન્સન (હાઈ બી.પી.) વાળાઓએ ન કરવું. હૃદયની તકલીફવાળા પણ ન કરે.

૮. સર્વાંગાસન

સ્થિતિમાં આવો બંને પગ મળેલા હાથ બાજુમાં હથેળીઓ જમીન પર હવે બંને પગ એક સાથે ધીરે-ધીરે ૯૦°ના ખૂણે લાવો. હવે પગને માથા તરફ લો એટલે નિતંબ થોડા ઊંચા થશે. બંને હાથની હથેળીઓ નિતંબને આધાર આપે તેવી રીતે રાખો. હવે બંને પગને ધીરે-ધીરે માથા તરફ લાવતા પગને ઉપર તરફ સીધા લઈ જાવ. હાથને ધીમે-ધીમે કમરથી ઉપર પીઠ તરફ લેતા જાવ. ધીરે-ધીરે પગ સીધા કરતા જાવ. પીઠને પણ ઊંચકતા જાવ. બંને હાથ કોણીથી વળેલા પીઠ સાથે ગોઠવો જેનાથી શરીરને ટેકો મળે. હવે પગને ધીરે-ધીરે ઉપર ઉઠાવતા જાવ. ગરદનથી શરીર ૯૦° ખૂણે હશે. છાતીથી પગ સુધીનું શરીર સીધું રહેશે. દાઢી ગળાના ખાડાવાળા ભાગ પાસે હવે શરીરને જરાપણ હલન-ચલન ન થાય તે રીતે સ્થિર કરો અને રોકાવ. પાછા આવતી વખતે બંને પગને માથાની પાછળ તરફ લો અને ધીમે-ધીમે પાછા આવો.

લાભ : સર્વાંગાસન એટલે સર્વ અંગ આસન બધા જ અંગોને ફાયદો થાય છે. માથા તરફ લોહીનો પ્રવાહ વધુ થવાથી માનસિક બીમારીમાં ખૂબ લાભ થાય. થાઈરોઈડ ગ્રંથિને ખૂબ દબાણ મળવાથી લોહીનું સર્ક્યુલેશન, પાચનતંત્ર અને સ્નાયુતંત્રને ખૂબ લાભ થાય. દમ, ખાસીમાં લાભ થાય. ગરદનને અને કરોડરજ્જુને ખૂબ લાભ થાય, સ્ત્રીઓના પ્રદર રોગમાં લાભ. શરીરનો વિકાસ યોગ્ય પ્રમાણમાં થાય. ડાયાબિટીસમાં લાભ થાય, ચહેરા પરની કરચલીઓ દૂર થાય. હર્નિયા (સારણગાઠ)ની તકલીફ મટે, લીવર અને બરોળને લાભ થાય. પેટ, કમરની ચરબી દૂર થાય.

સાવધાની : હૃદયરોગ, બી.પી., આંખની કેશવાહિનીઓ નબળી હોય, કાનમાં રસી આવતી હોય તેઓ ન કરે.

૯. મત્સ્યાસન

સ્થિતિમાં આવો બંને પગ મળેલા હાથ બાજુમાં હવે. સૂતા-સૂતા પદ્માસન કરો. સૂતા-સૂતા પદ્માસન ન થાય તો બેસીને પદ્માસન કરવું. પછી બંને હાથને કોણીમાંથી વાળીને હથેલીઓને ખભાની ઉપર આંગળા અંદરની તરફ રહે તેવી રીતે ગોઠવો. હથેળીઓને જમીન પર દબાવી છાતી, પેટને ઊંચકો. માથાની વચ્ચેનો તાળવાનો ભાગ જમીન પર લગાડો પછી બંને હાથ માથા પાસેથી લઈ લો અને પગના અંગૂઠાને હાથની પહેલી આંગળી અને અંગૂઠાથી પકડો. કોણી જમીન પર દબાવી બંને પગના અંગૂઠાને ખેંચો. સારી રીતે પકડો. પગના ગોઠણ જમીન સાથે લાગેલા રહે તેવી કોશિશ કરવી. થોડો સમય રોકાવું અને વિપરીત ક્રમથી પાછા આવો.

લાભ : સર્વાંગાસનનું પૂરક આસન છે. થાઈરોઈડ પેરાથાઈરોઈડ ગ્રંથિનું કાર્ય સુધરે. લગભગ આપણી બેસવાની રીત ખોટી હોય છે. આગળ ઝૂકીને બેસતા હોઈએ છીએ તેનાથી કરોડરજ્જુમાં ખામી ઊભી થાય છે અને અનેક પ્રકારની બીમારીઓ આવે છે. આ આસન તે ખામીને દૂર કરે છે. કરોડરજ્જુ કાર્યક્ષમ અને લચીલી બને છે. ફેફસાની કાર્યક્ષમતા વધે, શ્વસનતંત્ર અને બ્લડ સર્ક્યુલેશન તંત્રની કાર્યક્ષમતામાં વધારો થાય. કબજિયાત દૂર થાય. પેટ, કમરની ચરબી ઘટે. પીઠમાં લોહીનું પરિભ્રમણ વધે.

સાવધાની : સર્વાઈકલ (ગરદન)ના મણકાની તકલીફવાળા સાવધાની રાખે અથવા યોગ્ય જાણકારના માર્ગદર્શન નીચે અભ્યાસ કરે.

૧૦. હલાસન

સ્થિતિમાં આવો બંને પગ મળેલા હાથ જમીન પર. બંને પગ ગોઠણમાંથી સીધા રાખી ૯૦° પર લાવો. હથેળીને જમીન પર દબાવી બંને પગ અને નિતંબને ઊંચકો. બંને પગને માથા તરફ જવા દો. ધીરે-ધીરે બંને પગને પાછળ લેતા લેતા માથાની પાછળ જમીન પર લગાડો. ધીમે ધીમે પગ ને માથાથી વધુ ને વધુ દૂર કરતા જાવ. હવે સ્થિરતાથી આ આસનમાં રોકાવ. પછી ઊલટા ક્રમથી પાછા આવો.

લાભ : કિડની, લીવર, પેન્ક્રિયાસની કાર્યક્ષમતા વધે, ડાયાબિટીસ માટે ઉત્તમ. જઠરાગ્નિને તેજ કરે. કબજિયાત, અપચો મટે, થાઇરોઇડ, પેરાથાઇરોઇડ ગ્રંથિની કાર્યક્ષમતા વધે. કરોડને લચીલી અને મજબૂત કરે. પેટની અંદરના તમામ અવયવોની કાર્યક્ષમતા વધે, અનિદ્રા અને માનસિક રોગોમાં લાભ થાય. જ્ઞાનતંત્રની કાર્યક્ષમતા વધે. અમુક ઉંમર સૂધી ઊંચાઈ વધારે, પેટ, કમર, નિતંબની વધારાની ચરબી દૂર કરે.

સાવધાની : કરોડરજ્જુમાં તકલીફ હોય તેઓ ન કરે. આ આસનના અભ્યાસથી પેટમાં દુઃખાવો થાય તેઓ ન કરે.

દ્રુત હલાસન

હલાસન

સ્વજનિદ્રાજ્ઞાનાવલમ્બનં વા ॥ ૩૮ ॥

૧૧. કર્ણપીડાસન

સ્થિતિમાં આવી હલાસન કરો (હલાસન માટે આગળ વાંચો) હલાસનમાંથી જ બંને પગના ગોઠણને વાળી કાન પાસે લાવો અને રોકાવ.

લાભ : હલાસનના બધા જ લાભ ઉપરાંત પુરુષોની સેક્સ સમસ્યા અને પેટનો ગોળો ચડવાની તકલીફ મટે.

સાવધાની : હલાસન પ્રમાણે.

૧૨. ચક્રાસન

સ્થિતિમાં આવો. બંને પગને ગોઠણમાંથી વાળો. પગના તળિયા નિતંબ પાસે આવે તે રીતે રાખો. હાથને કોણીમાંથી વાળીને ઊલટા કરીને ખભા પાસે મૂકો. હવે હાથને અને પગના તળિયાને જમીન સાથે દબાવી શરીરને ઉપર ઊંચકો. પેટને વધારે ઉપર ઊંચકો અને હાથ અને પગને વધારે નજીક લાવવા પ્રયત્ન કરો. આ સ્થિતિમાં થોડા સમય રોકાવ પછી શરીરને નીચે લાવી પાછા આવી અને રિલેક્ષ થાવ.

લાભ : પેટના અવયવોની કાર્યક્ષમતા ખૂબ વધારે, કરોડને લચીલી અને મજબૂત બનાવે. કબજિયાત-અપચો-ગૅસ-એસિડિટી મટે. હાથ પગને મજબૂત બનાવે. ગ્રંથિઓમાં થતા સ્રાવને સપ્રમાણ કરે. સ્ત્રીઓમાં પ્રજનનને લગતા રોગો માટે આ આસન ખૂબ લાભદાયી.

સાવધાની : હૃદયની તકલીફ હાઈ.બી.પી., પેટમાં અલ્સર, હાડકાને લગતી તકલીફ, કાનમાં બહેરાશ હોય તેઓએ ન કરવું.

પેટ પર કરવાના આસનો

૧૩. મકરાસન

પેટ પર આવી જવું. બંને હાથોની અદબ વાળવી. એક હાથથી બીજા હાથને કોણીથી ઉપરના ભાગેથી પકડવો. બીજા હાથને પણ તેવી જ રીતે રાખવો. બંને પગને એક બીજાથી એકથી બે ફૂટ અલગ કરવા. કપાળને હાથની અદબ ઉપર રાખવું તેથી પાંસળાં થોડાં ઊંચકાયેલાં રહેશે. પેટનો ભાગ જમીન ઉપર દબાયેલો રહેશે. ખૂબ આરામદાયક આસન છે. ખૂબ સરળ છે. દરેક વ્યક્તિ કરી શકે તેટલું સરળ છે, છતાં તેના ઘણા લાભ છે. પેટ પર કરવાના આસનોમાં સ્થિતિમાંથી પાછા આવીને રિલેક્ષ થવા માટે આ આસન ઉત્તમ છે. એક મિનિટથી ત્રણ મિનિટ આ આસનમાં રોકાવું.

લાભ : શરીરનો થાક ઊતરી જાય છે. રિલેક્ષ થવા માટે જેમ પીઠ પર કરવાનું આસન શવાસન છે. તેમ પેટ પર કરવાનું આ આસન રિલેક્ષ થવા માટે ઉત્તમ છે. પીઠ, કમરના દુઃખાવા માટે ઉત્તમ છે. પેટ દબાતું હોવાથી ગૅસ, એસિડિટી, પાચનતંત્ર નબળું હોવું વગેરેમાં ઉત્તમ, પીઠ અને કમર દર્દ માટે સારું.

સાવધાની : પેટના કોઈ પણ પ્રકારના અલ્સરમાં આ આસન ન કરવું.

૧૪. નિરાલંબાસન

મકરાસનની સ્થિતિમાં થોડો ફેરફાર કરવો. હાથની કોણીઓ જમીન પર મૂકવી. હાથના કાંડા એકબીજાની નજીક રાખી હથેળીઓને ફેલાવવી. ચહેરો તેમાં મૂકવો. ચહેરો ઊંચકાયેલો રહેશે. પાંસળાં ઊંચકાયેલાં રહેશે. નાભીથી નીચેનું પેટ (પેડુ) જમીન સાથે દબાશે. ચહેરો થોડો છતની તરફ ઊંચકાયેલો રહે તેવી રીતે હાથને સેટ કરવા. પગ બંને ફેલાયેલા જ રહેશે.

લાભ : આ આસન પણ આરામદાયક આસન છે. પેટ પર કરવાના આસનોમાં આસન પૂરું થયા પછી રિલેક્ષ થવા માટે આ આસનનો પણ પ્રયોગ કરી શકાય. પેટ નિતંબની ચરબી ઘટે, ફેફસાની કાર્યક્ષમતા વધે, પેટના ઘણા રોગોમાં ખૂબ લાભ થાય. થાઇરોઇડ ગ્રંથિ ઉપર દબાણ પડવાથી, થાઇરોઇડની તકલીફ માટે ઉત્તમ. આપણી સૂવા-બેસવાની ખોટી પદ્ધતિના હિસાબે જે કરોડરજ્જુ અને પીઠમાં દુઃખાવો થાય તેમાં ખૂબ જ લાભ થાય છે. શરીરમાં બેલેન્સ વધે છે.

સાવધાની : પેટના કોઈ પણ પ્રકારના અલ્સરવાળાઓ ન કરે. ગરદનના મણકાની તકલીફવાળા સાવધાનીથી અભ્યાસ કરે.

તંત્ર શબ્દાર્થજ્ઞાનવિકલ્પૈઃ સઙ્કીર્ણા સવિતર્કાસમાપત્તિઃ ॥ ૪૨ ॥

૧૫. સર્પાસન

સ્થિતિમાં આવવું. બંને પગ મળેલા. કપાળ જમીન પર લગાવવું. ખભાથી કોણી સુધીના હાથને પાંસળીઓ પાસે રાખવા. કોણીની હથેળી સુધીના હાથને ખભાની બહારની સાઇડમાં રાખવા. જેથી છાતી પૂરી રીતે ફેલાઈ શકે. ત્રણ સ્ટેપમાં આસન કરશું. પહેલું સ્ટેપ. કપાળ, નાક અને દાઢી જમીન ઉપર. બીજું સ્ટેપ હાથની મદદ વગર ચહેરો થોડો ઊંચકવો. ત્રીજું સ્ટેપ બંને હાથની હથેળીઓને જમીન સાથે દબાવીને ધીરે ધીરે હાથને કોણીમાંથી ખોલતા જાવ અને ચહેરાને ઉપરની તરફ લેતા જાવ અને હાથને પૂરી રીતે ખોલવાની કોશિશ કરવી. ચહેરાને ખેંચીને ઉપરની તરફ રાખવો. પગને અલગ થવા ન દેવા. ધીમો શ્વાસ ચાલુ રાખવો. ત્રીસથી સાંઈઠ સેકન્ડ રોકાવું. પછી વિપરીત ક્રમથી પાછા આવવું રિલેક્ષ...

લાભ : પેટની અંદરના દરેક અવયવો ઉપર દબાણ આવવાથી બ્લડ સર્ક્યુલેશન વધે છે. પેટની ઘણી તકલીફો મટે. એડ્રીનલ ગ્રંથિ ઉપર પ્રભાવ પડે છે તેથી તેના સ્રાવો પણ પ્રભાવિત થાય છે. મૂત્રપિંડની કાર્યક્ષમતા વધે. કરોડરજ્જુ ઉપર ખૂબ સારો પ્રભાવ. થાઈરોઈડ ગ્રંથિ પ્રભાવિત થાય છે. સ્ત્રીઓની માસિક ધર્મ સંબંધી તકલીફોમાં ખૂબ ફાયદો થાય છે. કાંડા અને ખભાની મજબૂતાઈ વધે. ફેફસાની કાર્યક્ષમતા વધે.

સાવધાની : કરોડરજ્જુમાં કોઈ પણ પ્રકારનું ઑપરેશન કરાવેલ હોય. પેટમાં અલ્સર હોય તેઓ ન કરે.

૧૬. ભૂજંગાસન

સ્થિતિમાં આવવું. બન્ને પગ મળેલા અને સીધા કપાળ જમીન પર લગાવવું. હાથની હથેળીઓ પાંસળા પાસે રાખવી. કોણી જમીનથી થોડી ઊંચકાયેલી. હવે કપાળ પછી નાક અને દાઢી જમીન ઉપર લાગે તે રીતે ચહેરાને ઊંચકવો. પછી હાથ ઉપર દબાણ ન આવે તે રીતે ચહેરાને, માથાને ઉપરની તરફ ઉઠાવો. નાભિ જમીનને લાગેલી રહે તેવી રીતે કરોડને પાછળની તરફ વાળો. હાથની બને ત્યાં સુધી મદદ ન લેવી. છતાં જો ચહેરો ઊંચકી જ ન શકાય તો થોડી મદદ લેવી. ત્રીસથી સાંઈઠ સેકન્ડ રોકાવું. પછી ઊલટા ક્રમે પાછા આવવું. રિલેક્ષ...

લાભ : કમર, પીઠના દુઃખાવા માટે ઉત્તમ. સાધારણ રીતે આપણે દરેક કામ આગળ ઝૂકીને જ કરવાના હોય છે તેથી કરોડનો કુદરતી આકાર ખરાબ થાય છે. ભૂજંગાસનમાં કરોડને પાછળ તરફ વાળીએ છીએ. તેથી કરોડ, પીઠના સ્નાયુઓ મજબૂત અને લચીલા બને છે. થાઈરોઈડ અને એડ્રિનલ ગ્રંથિને પ્રભાવિત કરે છે. લોહીનું સર્ક્યુલેશન ખૂબ સારું થાય છે. કબજિયાત અને અપચાની તકલીફ મટે, કરોડરજ્જુના તમામ મણકા અને ગરદનની આસપાસના સ્નાયુઓને વધુ શુદ્ધ લોહી મળે છે. તેની નાડીતંત્ર વધુ કાર્યક્ષમ થાય છે. ખાસ કરીને મગજમાંથી નીકળેલા જ્ઞાનતંતુઓ બળવાન બને છે. છાતી, પેટનો વિકાસ થાય છે. આ આસન નિયમિત કરવાથી હૃદય મજબૂત બને છે. ડાયાબિટીસમાં લાભ થાય. સ્ત્રીઓના અનિયંત્રિત અને અનિયમિત માસિક સ્રાવ સુધરે. ઈડા અને પિંગલા નાડી પર સારો પ્રભાવ પડે છે તેથી કુંડલિની જાગૃત કરવામાં આ આસન સહાયરૂપ બને છે.

૧૭. શલભાસન

સ્થિતિમાં આવી. દાઢીને જમીન સાથે લગાવીને રાખવી. બંને પગ સીધા અને મળેલા રાખવા. હાથની મૂઠીઓ બંધ કરી પગની નીચે રાખવા. શ્વાસને ભરીને રોકવો. હાથને જમીન તરફ દબાવી બંને પગ એક સાથે ગોઠણમાંથી સીધા રાખી ઊંચકવા. બંને પગ અલગ ન થાય તે ધ્યાન રાખવું.

લાભ : કમરદર્દ મટી જાય, કબજિયાત અને દુર્ગંધયુક્ત ગૅસ પેટમાં રહેતો હોય તેમને ખૂબ લાભ થાય. સ્ત્રીઓને માસિક સબંધી તકલીફોમાં ખૂબ રાહત થાય. કરોડરજ્જુ લચીલી અને મજબૂત બને. સાયટિકાના દુઃખાવામાં લાભ થાય. મૂત્રપિંડની કાર્યક્ષમતા વધે.

૧૮. વિપરીત નૌકાસન

સ્થિતિમાં આવવું. દાઢી જમીન ઉપર બંને પગ મળેલા. બંને હાથ પીઠ પાછળ બાંધી રાખી શ્વાસને ભરતા જવું. આખું શરીર ઉપરથી માથું, છાતી અને નીચેથી બંને પગ ગોઠણમાંથી સીધા રાખીને એક સાથે આખું શરીર ઊંચકવું. ફક્ત પેટ જ જમીન ઉપર રહે તેવી કોશિશ કરવી. ક્ષમતા મુજબ રોકાવું અને પાછા આવવું. રિલેક્ષ...

લાભ : કરોડરજ્જુ લચીલી અને મજબૂત થાય. ફેફસાની કાર્યક્ષમતા વધે. શરીરમાં બેલેન્સ અને સ્થિરતા વધે. પેટ, કમર, નિતંબની ચરબી ઘટે. પેટની અંદરના અવયવોની કાર્યક્ષમતા વધે. હાથપગના સ્નાયુઓ મજબૂત થાય.

 તા એવ સબીજ: સમાધિ: ॥ ૪૬ ॥

૧૯. ધનુરાસન

સ્થિતિમાં આવી બંને પગ ગોઠણમાંથી અંદરની તરફ વાળવા. બંને પગ અલગ કરવા. પછી જમણા હાથથી જમણા પગને ઘૂંટીમાંથી પકડવો. ડાબા હાથથી ડાબા પગને ઘૂંટીમાંથી પકડવો. દાઢી જમીન પર જ રાખવી. હવે બંને પગને પાછળની તરફ ખેંચવા. પછી ઉપરની તરફ લઈ જવા. ગોઠણથી પગ ઊંચકાય. પછીથી ચહેરો, છાતી ઊંચકવા. પગને પાછળની તરફ ખેંચીને જ રાખવા. ત્રીસથી સાંઈઠ સેકન્ડ રોકાવું. પછી એક સાથે આગળથી ચહેરો, પાછળથી પગને પાછા લાવવા.

લાભ : ગૅસ, વાયુની તકલીફ મટે, કબજિયાત દૂર થાય. પેટના ઘણા રોગોમાં લાભ થાય. જઠરાગ્નિ તેજ થાય. છાતી, ખભા હૃદય મજબૂત થાય ફેફસાની કાર્યક્ષમતા વધે. થાઈરોઈડમાં લાભ થાય. સ્ત્રીઓ માટે આ આસન ખૂબ લાભદાયક છે. ગર્ભાશય તેમજ માસિક સંબંધી તકલીફોમાં લાભ થાય. પેટ, નિતંબની ચરબી ઘટે. શલભાસન અને ભૂજંગાસનના લાભ મળે. ઉદરપટલ (ડાયાફ્રામ) મજબૂત થાય. શરીરની વધારાની ચરબી દૂર થાય.

સાવધાની : હાઈ બ્લડપ્રેશર અને હાર્ટની તકલીફવાળા સાવધાની રાખે.

૨૦. તિર્યક ભૂજંગાસન

સ્થિતિમાં આવવું. બંને પગ એકબીજાથી જેટલા રાખી શકાય તેટલા દૂર રાખવા. એક ફૂટથી ત્રણ ફૂટ દૂર રાખી શકાય. કપાળ જમીન પર લગાવવું. હાથની હથેળીઓ પાંસળા પાસે રાખવી, કોણી જમીનથી ઊંચકાયેલી. હવે કપાળ પછી નાક અને દાઢી જમીન પર લાગે તે રીતે ચહેરાને ઊંચકવો. હવે ધીમે-ધીમે હાથની હથેળીઓને જમીન પર દબાવી ધીમે-ધીમે ચહેરો છાતી અને થોડું પેટ ઊંચકાય તે રીતે ઉપર ઊઠવું. પછી કોશિશ કરવી. હાથ કોણીમાંથી સીધા કરવાની અને ચહેરાને ખેંચીને ઉપરની તરફ રાખવો. થોડીવાર રોકાવું. પછી ચહેરાને ગરદનથી જમણી તરફ વાળીને ડાબા પગના અંગુઠાને જોવા કોશિશ કરવી. થોડીવાર રોકાવું. પછીથી ચહેરો સીધો કરવો અને ગરદનને ડાબી તરફ વાળીને જમણા પગના અંગૂઠાને જોવા કોશિશ કરવી. બંને તરફ સરખા સમય માટે રોકાવું. પછીથી ચહેરો સીધો કરવો. થોડીવાર રોકાવું અને વિપરીત ક્રમથી પાછા આવવું .

લાભ : સર્પાસન, ભૂજંગાસનના બધા લાભ મળે છે. તે ઉપરાંત શંખ પ્રક્ષાસનની ક્રિયા વખતે આ આસન કરવામાં આવે છે.

સાવધાની : સર્પાસન મુજબ.

બેસીને કરવાના આસનો

બેસવાની સ્થિતિમાં આવવું. બંને પગ લાંબા કરીને બેસો. બંને પગ ભેગા રાખો. બંને હાથ સાથળની બંને બાજુએ આરામદાયક સ્થિતિમાં ગોઠવો. આ સ્થિતિને દંડાસન કહેવામાં આવે છે. બેસીને કરવાનું આસન પૂરું થાય પછી રિલેક્ષ થવા માટે શિથીલ દંડાસન કરવું. બંને પગને ફેલાવવા અને હાથનો ટેકો લઈ રિલેક્ષ થવું.

૨૧. પશ્ચિમોતાનાસન

દંડાસનની સ્થિતિમાં આવો. બંને પગ નજીક. હાથ શરીરની નજીક. હવે શરીરને પીઠથી વાળી આગળની તરફ નમાવો. આગળ વધવાનું કામ ખૂબ ધીરે ધીરે કરવું. જર્ક ન લગાવવો. પગને ગોઠણમાંથી સીધા જ રાખવા અને આગળ વધતા જવું. હાથની પહેલી આંગળી અને અંગૂઠાથી પગના અંગૂઠાને પકડવો. માથાને ધીમે ધીમે નીચે નમાવી ગોઠણને લગાડવાની કોશિશ કરવી. પગના અંગૂઠાને ન પકડી શકાય તો પગની પિંડી અથવા ઘૂંટીને પકડી આગળ ઝૂકવું. અંતિમ સ્થિતિમાં બંને કોણી જમીનને લગાવવી અને માથું અથવા કપાળ ગોઠણને લગાવવું. આ થઈ પશ્ચિમોતાનાસનની પૂર્ણ સ્થિતિ.

લાભ : પ્રાચીન ગ્રંથોમાં આ આસનને રોગોના સમૂહને નાશ કરવાવાળું કહેલું છે. નિયમિત અભ્યાસથી સુષુમ્ણા નાડીનું મુખ ખૂલી જાય છે. પ્રાણની ગતિ સીધી મેરુદંડમાં થાય છે. આધ્યાત્મિક માર્ગમાં પણ આ આસનનું ખૂબ મહત્ત્વ છે. જઠરાગ્નિ તીવ્ર થાય છે. પેટ, છાતી અને કરોડને લાભ થાય છે. હાથના, પગના તથા અન્ય શરીરના સાંધાઓ મજબૂત બને છે. આ આસનથી ડાયાબિટીસ ઉપર ખૂબ લાભ થાય છે. સ્ત્રીઓના માસિક સંબંધી રોગો અને રક્તપ્રદર, શ્વેતપ્રદર મટે છે. શરદી, ખાંસી, દમ, ટી.બી. (ક્ષય), વાયુવિકાર, કમર દર્દ, પાંડુરોગ, એસિડિટી, નપુંસકતા જેવા ભયંકર રોગો મટે છે. આ આસનથી કબજિયાત દૂર થાય છે. પણ લાંબો સમય સ્થિતિમાં રોકાવામાં આવે તો કબજિયાત વધી પણ શકે છે. ત્રણ મિનિટથી વધારે ન રોકાવું. ત્રણ મિનિટથી વધુ રોકાવું હોય તો વચ્ચે વચ્ચે ઉડ્ડિયાનબંધનો અભ્યાસ કરવો જોઈએ. શરીરની વધારાની ચરબી દૂર થાય. શરીર પાતળું બને.

સાવધાની : કરોડરજ્જુની તકલીફ હોય તેઓએ ખૂબ ધીરે ધીરે આગળ વધવું અથવા યોગ્ય જાણકારની સલાહ લેવી.

૨૨. જાનુ શિરાસન

દંડાસનની સ્થિતિમાં બંને પગ ભેગા. બંને હાથ શરીરની નજીક જમણો પગ ગોઠણમાંથી વાળી જમણા પગની એડીને યોનિસ્થાનની નીચે લગાવો. જમણા પગનું તળિયું ડાબા પગના સાથળ સાથે લાગેલું. હવે શરીરને પીઠમાંથી વાળીને આગળની તરફ લઈ જાવ. બંને હાથથી ડાબા પગને, પિંડી, ઘૂંટી અથવા પગના તળિયાની પાછળથી પકડવો. માથું ડાબા પગના ગોઠણને લગાવવા પ્રયત્ન કરવો. શરીરને ઢીલું છોડવું. અંતિમ સ્થિતિમાં પહોંચી શ્વાસોશ્વાસ ચાલુ રાખવા. ત્રીસથી સાંઈઠ સેકન્ડ ક્ષમતા અનુસાર રોકાવું. ધીરે ધીરે પાછા આવવું. પછી બીજા પગેથી ઉપર પ્રમાણે જ કરવું. રિલેક્ષ...

લાભ : ભૂખ ઊઘડે છે. મૂત્રાશય, કિડનીના રોગોમાં લાભ થાય. ડાયાબિટીસમાં ખૂબ લાભ થાય. પેન્ક્રિયાસ સ્વાભાવિક રૂપે ઈન્સ્યુલિન બનાવવા લાગે છે. શરીરની માંસપેશીઓ, સ્નાયુતંત્ર લચીલા બને છે. ગોઠણ, એડી, જાંઘના સાંધા મજબૂત અને સુડોળ બને છે. બ્રહ્મચર્ય પાલનમાં સહાયતા મળે છે.

સાવધાની : કરોડરજ્જુ ખૂબ અક્કડ હોય તેઓ સાવધાનીથી કરે.

દાઢી ગોઠણને લાગેલી

કપાળ ગોઠણને લાગેલું

૨૩. વક્રાસન

સ્થિતિમાં આવવું. બંને પગ મળેલા. હવે જમણા પગને ગોઠણમાંથી વાળી જમણા પગના પંજાને ડાબા પગના ગોઠણ પાસે મૂકો. જમણો હાથ પાછળ કરોડરજ્જુની લાઇનમાં ગોઠવો. હવે ડાબા હાથને કોણીમાંથી વાળીને જમણા પગના ગોઠણ પાછળ મૂકો. ડાબા હાથને બેત્રણ રીતે રાખી શકાય. કોણીમાંથી વાળીને પણ રાખી શકાય. ડાબા હાથની હથેળી જમીન પર પણ રાખી શકાય અથવા ડાબા હાથથી જમણા પગને ઘૂંટી પાસેથી પણ પકડી શકાય. હવે ડાબા હાથને જમણા પગના ગોઠણની પાછળ દબાવતા જવો અને ચહેરાને ખેંચીને જમણા ખભા તરફ દાઢીને ખેંચીને રાખવી. અંતિમ સ્થિતિમાં શ્વાસ ચાલુ રાખવો. પેટને ઢીલું રાખવું. ત્રીસથી સાંઈઠ સેકન્ડ રોકાવું. ધીરે ધીરે વિપરીત ક્રમથી પાછા આવવું. હવે આ જ પ્રમાણે બીજા પગેથી કરવું. બંને બાજુ સરખા સમય માટે જ રોકાવું.

લાભ : પીઠ, કમરના સ્નાયુઓ લચીલા અને મજબૂત થાય છે. કરોડરજ્જુ લચીલી અને સશક્ત બને છે. કરોડ અને પેટ કપડાં નીચોવીએ તેમ નિચોવાય છે. જેના લીધે મણકાના લીગામેન્ટ અને કાર્ટિલેજ મજબૂત બને છે. કરોડ અને પેટને શુદ્ધ રક્તનો જથ્થો મળે છે. પેટની અંદરના અવયવોને મસાજ મળે છે. પેટમાં દબાણ વધવાથી, પિત્તાશય, સ્વાદુપિંડ, જઠર અને આંતરડા ઉપર સારો પ્રભાવ પડે છે. પેન્ક્રિયાસ સક્રિય થાય છે તેથી ડાયાબિટીસમાં ખૂબ લાભ થાય.

તસ્યાપિ નિરોધે સર્વનિરોધાન્નિર્બીજ: સમાધિ: ॥ ૫૧ ॥

૨૪. વજ્રાસન

સ્થિતિમાં આવી પહેલા જમણા પગને ગોઠણમાંથી વાળી પગના તળિયાને અંગૂઠો અંદરની તરફ રહે. એડી બહારની તરફ રહે તેમ રાખવી. તે જ પ્રમાણે ડાબો પગ ગોઠણમાંથી વાળી જમણા પગના અંગૂઠા પાસે ડાબા પગના અંગૂઠાને મૂકો. એડી પાછળની તરફ હવે બંને પગના તળિયા ઉપર જાંઘને મૂકો. ઘૂંટીથી ઘૂંટણ સુધી પગનો ભાગ જમીનને અડેલો રહેશે. બંને પગના ગોઠણ એકબીજાની નજીક રહેશે. પીઠ અને ગરદન સીધા રાખવા. હાથ ગોઠણ ઉપર રાખવા. જમ્યા પછી તુરંત કરી શકાય તેવું આ એક જ આસન છે. જમ્યા પછી બેથી પાંચ મિનિટ કરવાથી ખોરાકનું પાચન સરળતાથી થાય છે.

લાભ : હોજરીની કાર્યક્ષમતા વધે છે, ગૅસ, એસિડીટી, કબજિયાત માટે સારું, પંજા, પિંડી, ગોઠણ અને જાંઘનો દુઃખાવો મટે, જમ્યા પછી તુરંત આ આસન કરવું. નિયમિત કરવાથી તાવ, કબજિયાત, અપચો અને મંદાગ્નિમાં ખૂબ લાભ થાય.

સાવધાની : ગોઠણમાં વધારે તકલીફ હોય તેઓએ ખૂબ સાવધાનીથી અને ધીમે ધીમે કરવું.

૨૫. વજ્રાસન યોગમુદ્રા

પરંપરાથી યોગમુદ્રા પદ્માસનમાં થાય પણ પદ્માસન ન કરી શકતા હોય તેઓ માટે વજ્રાસન યોગમુદ્રા સરળ પડે છે. વજ્રાસનમાં બેસવું. પછીથી બંને હાથની મુઠ્ઠી બંધ કરી થોડા પાછળ ઝૂકીને બંને હાથની મુઠ્ઠીઓને નાભિથી નીચેના ભાગ ઉપર પેડુ ઉપર મૂકવી, પછી પીઠથી સીધા થવું એટલે મુઠ્ઠી લોક થઈ જશે. હવે પીઠથી આગળની તરફ ઝૂકવું. છાતી ગોઠણને લાગે ત્યાં સુધી ઝૂકવું. પછીથી ગરદન ઝુકાવીને કપાળને જમીન પર લગાવવું. પાછળથી નિતંબ ઊંચકાશે નહિ તે ધ્યાન રાખીશું. અંતિમ સ્થિતિમાં શ્વાસ ચાલુ રાખવા. પેટને ઢીલું રાખવું. બંને હાથની કોણીઓને ઢીલી છોડવી. ત્રીસથી સાંઈઠ સેકન્ડ રોકાવું. પાછા આવતી વખતે પહેલા ગરદન ઊંચી કરી ચહેરો સીધો કરો. પછી પીઠથી સીધા થતા જવું. રિલેક્ષ...

લાભ : પેટની અંદરના અવયવોને મસાજ મળે છે. પેટમાં લોહીનું પરિભ્રમણ વધે છે. પેડુના પોલાણમાં નીચે ખસી ગયેલા અંગો તેની અસલ સ્થિતિમાં આવી જાય છે. તરુણોમાં સ્વપ્નદોષ અને તરુણીઓમાં માસિકની તકલીફમાં ખૂબ લાભ થાય છે. સ્ત્રીઓમાં સુવાવડ પછી આવનારી બીજાશયની શિથિલતા અને ગર્ભાશય ખસી જતું અટકાવવા માટે આ આસન ઉત્તમ છે. પેટ, કમરની ચરબી ઘટે છે. વૃદ્ધાવસ્થામાં થતી પ્રૉસ્ટેટની તકલીફમાં ખૂબ લાભ થાય છે.

સાવધાની : પેટમાં કોઈ પણ પ્રકારનું અલ્સર હોય તેઓ ન કરે.

૨૬. સુપ્ત વજ્રાસન

વજ્રાસનમાં બેસો. હવે પાછળથી પગના તળિયાને થોડા અલગ કરી નિતંબનો ભાગ જમીન પર મૂકો. આગળથી ગોઠણને પણ અલગ કરવા પડે તો કરી શકાય. હવે કોઈ પણ એક હાથનો કોણીનો ટેકો લો. ધીરે ધીરે બીજા હાથનો કોણીનો ટેકો લો. હવે ધીરે ધીરે બંને હાથને આગળની તરફ લાંબા કરીને પીઠ જમીન પર મૂકો. હવે જમણા હાથને ડાબા ખભાની નીચે મૂકવો. ડાબા હાથને જમણા ખભાની નીચે મૂકવો. પેટ બને તેટલું અંદર રાખો. શરીર બની શકે તેટલું સીધું રાખવું. જેથી પીઠ અને જમીન વચ્ચે ઓછું અંતર રહે. ત્રીસથી સાંઈઠ સેકન્ડ રોકાવું અને વિપરીત ક્રમથી પાછા આવવું. પાછા આવતી વખતે ધીરે ધીરે કોણીનો ટેકો લઈને પાછા આવવું.

લાભ : કબજિયાત દૂર થાય. દમ, અસ્થમા, શ્વસનતંત્રને લગતી બીમારી માટે ઉત્તમ, છાતી પહોળી અને ભરાવદાર થાય. પેટ પરની ચરબી દૂર થાય. પાચનતંત્ર મજબૂત બને. કિડની, આંતરડા, લીવર, બરોળને કાર્યક્ષમ બનાવે. નાભિ (પિચોટી) ખસી ગઈ હોય તો મૂળ સ્થાને આવી જાય છે. પેટના તમામ રોગો માટે ખૂબ ઉત્તમ. ડાયાબિટીસ માટે ખૂબ સારુ, કારણ પેન્ક્રિયાસ ઉપર સારી અસર થાય છે.

સાવધાની : કરોડરજ્જુ અક્કડ હોય, ગોઠણની ખૂબ તકલીફ હોય, ખૂબ ભારે શરીર હોય તેઓ ખૂબ સાવધાનીથી કરે અથવા યોગ્ય જાણકારના માર્ગદર્શન નીચે કરે.

૨૭. ગૌમુખાસન

સ્થિતિમાં આવી બંને પગ સીધા કરી 'ડાબા પગને ગોઠણમાંથી વાળી' જમણા પગની નીચેથી ડાબા પગની એડીને જમણા થાપાની તરફ લાવો. એડી થાપાની બાજુમાં રહે અને પંજો બહારની તરફ રહે. હવે જમણા પગને ગોઠણમાંથી વાળી તેની એડીને ડાબા પગની ઉપરથી ડાબા થાપાની બાજુમાં લાવો. બંને પગના ગોઠણ એકબીજા ઉપર સીધા આવે. હવે જમણા હાથને ઉપરની તરફ કાનની બાજુમાં લાવી કોણીમાંથી નીચેની તરફ વાળો. પીઠની વચ્ચેના ભાગે લાવો. હવે ડાબા હાથને કોણીમાંથી વાળી હાથના પંજાને નીચેથી પીઠ પર લાવો. ડાબા હાથની કોણી નીચેની તરફ આવશે. જમણા હાથની કોણી ઉપરની તરફ રહેશે. બંને હાથની હથેળીઓ પાસે લાવી આંગળીઓને અંદર તરફ વાળી હૂક બનાવો અને પકડો. પીઠ, ગરદન સીધી રાખો. હાથ ઉપર ખૂબ જ ખેંચાણ પડશે. ત્રીસથી સાંઈઠ સેકન્ડ રોકાવું. ધીરે ધીરે પાછા આવવું. પછીથી પગને બદલવા અને હાથને પણ બદલવા અને બીજી તરફ તે જ રીતે કરવું. બંને તરફ સરખા સમય માટે જ સ્થિતિમાં રોકાવું.

લાભ : અનિદ્રાની તકલીફવાળા સૂતા પહેલા દરરોજ આ આસનનો અભ્યાસ બંને તરફ બેથી પાંચ મિનિટ સ્થિતિમાં રોકાઈને કરે, તો અનિદ્રાની તકલીફ દૂર થાય છે અને ગાઢ નિદ્રા આવે છે. પગની નસ, નાડીઓ મજબૂત બને છે. ગોઠણ મજબૂત બને છે. ફેફસા મજબૂત થાય છે. બધા જ પ્રકારના કરોડના દુઃખાવા મટે, સૂવા-બેસવાની ખોટી પદ્ધતિથી શરીરમાં અસમાનતા આવેલી હોય અને તેના લીધે થતા રોગો માટે આ આસન ખૂબ જ ઉત્તમ પ્રકારનું છે. સર્વાઈકલ સ્પોન્ડિલાઈટીસમાં લાભ થાય. ડાયાબિટીસ માટે ઉત્તમ. પીઠ, ખભાનો દુઃખાવો મટે છે.

સાવધાની : ગોઠણ કે ખભાના સ્નાયુઓ વધારે સ્ટીફ (કડક) હોય તો ધીમે ધીમે સાવધાનીથી અભ્યાસ કરવો.

સામેથી

પાછળથી

સાઈડથી

અવિદ્યા ક્ષેત્રમુત્તરેષાં પ્રસુપ્તતનુ વિચ્છિન્નોદારાણામ્ ॥ ૪ ॥

૨૮. આકર્ણ ધનુરાસન

બંને પગ લાંબા કરો. પગ મળેલા રાખો. હવે પીઠથી નીચેની તરફ ઝૂકો અને જમણા હાથથી જમણા પગનો અંગૂઠો પકડો. હાથની પહેલી આંગળી અને અંગૂઠાથી પગના અંગૂઠાને પકડવો તેથી પકડ સારી રહે. ડાબા હાથથી ડાબા પગનો અંગૂઠો પકડવો. હવે જમણા પગને ગોઠણમાંથી વાળી, જમણા હાથને કોણીમાંથી વાળીને, જમણા પગના પંજાને જમણા કાનની નજીક લાવો. ડાબો પગ સીધો જ રાખવો. ડાબા હાથથી ડાબા પગના અંગૂઠાને પકડીને જ રાખવો. ત્રીસથી સાંઈઠ સેકન્ડ રોકાવું. પાછા આવીને તે જ પ્રમાણે બીજા પગથી કરવું. બંને બાજુની સ્થિતિમાં સરખો સમય જ રોકાવું.

લાભ : હાથ, પગ, ગોઠણ, જાંઘના સ્નાયુઓની મજબૂતી અને લચીલાપણું વધે. શરીરનું બેલેન્સ વધે. હાથ, પગ, ઠંડા પડી જતા હોય, ખાલી ચડતી હોય તો લાભ થાય. ટી.બી., દમ, ઉધરસના રોગોમાં ફાયદો થાય. શરીરના બધા અંગો સપ્રમાણ વિકસિત થાય. હાથની કંપન અને લકવામાં લાભ થાય. સ્ત્રીઓની માસિક સંબંધી બીમારીમાં લાભ થાય.

સાવધાની : પગ કે પેટ પર ખૂબ વધારે ચરબી હોય તેઓ સાવધાનીથી કરે. જર્ક ન લગાવવો.

પ્રકાર-૧

પ્રકાર-૨

૨૯. ઉષ્ટ્રાસન

બંને પગ ગોઠણમાંથી વાળી ગોઠણભેર ઊભુ થવું. બંને પગના આંગળા અને ગોઠણ જમીન પર રહેશે. બંને પગના ગોઠણ વચ્ચે થોડું અંતર રાખવું. હવે પહેલા જમણા હાથને પાછળ લઈ જઈ જમણા પગની એડીને પકડો, પછી ડાબા હાથથી ડાબા પગની એડીને પકડો અથવા બંને પગના કાંડાને પકડવા. સાથળ, પેટ, માથું પાછળ વાળો. શરીર એક કમાન જેમ વળેલું રહેશે. ત્રીસથી સાંઈઠ સેકન્ડ રોકાવું. આ આસનના આવર્તનો કરી શકાય. લાંબો સમય રોકાવું નહિ. પશ્ચિમોતાનાસનનું પૂરક આસન છે.

લાભ : આ આસનથી શ્વસનતંત્ર પ્રભાવિત થાય છે. ફેફસાની ક્ષમતા ખૂબ વધે, તેથી ફેફસાને લગતા રોગોમાં લાભ થાય. ગળાના રોગો દૂર થાય. કબજિયાત મટે, લિવર બરોળ અને પેન્ક્રિયાસની કાર્યક્ષમતા વધે. વધારાની ચરબી દૂર થાય. ડાયાબિટીસમાં લાભ થાય.

સાવધાની : કરોડરજ્જુ સ્ટીફ (કડક) હોય, વજન ખૂબ વધારે હોય તેઓ ખૂબ સાવધાનીથી કરે.

પ્રકાર-૧

પ્રકાર-૨

૩૦. પદ્માસન

બંને પગ લાંબા કરી બેસો. ડાબા પગને ગોઠણમાંથી વાળી જમણા પગના સાથળના મૂળ પાસે લગાવો. ડાબા પગનું તળિયું ઉપર રહેશે. તેવી જ રીતે જમણા પગને ગોઠણમાંથી વાળી ડાબા પગના સાથળના મૂળ પાસે લગાવો. જમણા પગનું તળિયું ઉપર રહેશે. બંને પગની એડીઓ એકબીજાને લગભગ લાગેલી રહેશે. બંને એડીઓ પેડુના હાડકાની પાસે લાગેલી રહેશે. હાથને એકબીજા ઉપર રાખી હાથને એડીઓ ઉપર રાખી શકાય અથવા હાથ ગોઠણ ઉપર જ્ઞાનમુદ્રામાં રાખી શકાય. નાસાગ્ર દૃષ્ટિ પણ રાખી શકાય.

લાભ : ઈદમ્ પદ્માસનં પ્રોક્તં સર્વવ્યાધિ વિનાશનમ્ ।
દુર્લભં યેનકેનાડપિ ધીમતાં લભ્યતે ભુવિ ॥

યોગી મત્સ્યેન્દ્રનાથે પદ્માસનનું વર્ણન કર્યું છે. પદ્માસન કરનારનું મુખ તેજસ્વી બને છે. ચિંતા, શોક દૂર થાય છે. મનમાં આનંદનો અનુભવ થાય છે. કાર્યશક્તિ વધે, ભૌતિક તેમજ આધ્યાત્મિક ઉન્નતિ થાય. શરીરમાં સ્થિરતા વધે અને ધ્યાન કરવા માટે શરીરની સ્થિરતા ખૂબ મહત્ત્વની હોય છે. શરીર સ્થિર હશે તો જ મન સ્થિર રાખી શકાશે. આ આસનથી પ્રાણની શક્તિ મૂલાધાર ચક્રથી સહસ્રારચક્રની તરફ ઊઠે છે. કરોડની નીચેના ભાગમાં અને જઠરમાં રહેલા સ્ન્યુઓના સમૂહને વધારાનું લોહી પહોંચાડી સ્વસ્થ કરે છે. મણિપુર ચક્રને જાગૃત કરવા આ આસન ઉત્તમ છે.

સાવધાની : સાઈટિકા અથવા કરોડરજ્જુના નીચેના ભાગમાં કોઈ પ્રકારનો દુઃખાવો હોય તો બીજા આસનોથી દુઃખાવો દૂર કરી પછી જ પદ્માસનનો અભ્યાસ કરવો.

૩૧. માર્જરી આસન

વજ્રાસનમાં બેસવું પછી બંને ગોઠણ ઉપર ઊભા થવું. બંને હાથને ગોઠણની આગળના ભાગે લગભગ દોઢ ફૂટ દૂર જમીન ઉપર મૂકવા. બંને હાથ વચ્ચે બંને ખભા જેટલું અંતર. પાછળથી પગના તળિયાને પણ થોડા અલગ કરવા. ખભાથી હથેળી સુધીનો ભાગ સીધો. ગોઠણથી થઈ સુધીનો ભાગ પણ સીધો જ રહેશે. બંને ગોઠણ વચ્ચે એકાદ ફૂટથી થોડું ઓછું અંતર. બંને પગના તળિયા વચ્ચે છથી આઠ ઈંચ જેટલું અંતર. હવે પેટ, પીઠને ઉપરની તરફ લઈ જવા. શીટ અને ચહેરાને નીચેની તરફ. પીઠને ઉપરની તરફ ખેંચવી. થોડીવાર સ્થિતિમાં રોકાવું. પછીથી પેટ અને પીઠને નીચેની તરફ લઈ જવા. શીટ અને ચહેરો ઉપરની તરફ પીઠને નીચે દબાવવી. થોડીવાર સ્થિતિમાં રોકાવું. આ પ્રમાણે ત્રણ વખત કરવું.

લાભ : ગરદન, ખભા અને કરોડને લચીલી અને મજબૂત બનાવે. સ્ત્રીઓના પ્રજનન તંત્ર માટે ઉત્તમ. અનિયમિત માસિક અને લ્યુકોરિયામાં લાભ થાય. કરોડ, કમરનો દુઃખાવો દૂર થાય. ફેફસાની કાર્યક્ષમતા વધે. પેટની ઘણી તકલીફોમાં ફાયદો થાય. વધારાની ચરબી દૂર થાય.

સાવધાની : વધારે વજનવાળા અને કરોરજ્જુની અક્કડતાવાળા સાવધાનીથી કરે. જર્ક ન લગાવવો.

૧.

૨.   ૩.

૩૨. પર્વતાસન

પદ્માસનમાં બેસી શકાય તો બેસવું નહિ તો સુખાસનમાં બેસવું. બંને હાથ નમસ્કારની સ્થિતિમાં છાતીની પાસે રાખો. બંને હથેળી ખૂબ દબાવીને રાખવી. કોણી થોડી ઉપર અને નમસ્કાર નીચે રહે તે રીતે દબાવીને રાખો. હવે ધીરે-ધીરે કોણીને ઊંચકતા જાવ. નમસ્કાર પાછળ પાછળ ઊંચકાશે. હવે નમસ્કારને માથાના વચ્ચેના ભાગે રાખો. બંને હાથની કોણીઓને બાજુમાં રાખો. હવે નમસ્કાર ઉપરની તરફ ઉઠાવતાં જાવ. હાથને સીધા કરતા જાવ. નમસ્કાર ઉપરની તરફ ખેંચીને રાખો. હાથ બિલકુલ સીધા ઉપરની તરફ થોડીવાર રોકાવું. વિપરીત ક્રમથી પાછા આવવું.

લાભ : કરોડરજ્જુને સીધી રાખવામાં મદદરૂપ. સ્પોન્ડિલાઈટીસમાં ફાયદો થાય. પીઠ, કમરનો દુઃખાવો મટે. વાયુથી થતા દુઃખાવા માટે ઉત્તમ. ફેફસાની કાર્યક્ષમતા વધે. નાડીતંત્ર સ્વસ્થ બને. અમુક ઉંમર સુધી ઊંચાઈ વધારવામાં મદદરૂપ થાય. શરીરને સ્થિરતા આપે છે અને તેના હિસાબે મન પણ સ્થિર થાય છે.

૩૩. ઉત્કટાસન

ઊભડક પગે બેસો. બંને પગ વચ્ચે આઠથી દસ ઈંચનું અંતર રાખો. બંને ગોઠણ જમીનથી ઊંચકાયેલા રહેશે. બંને હાથ ગોઠણ ઉપર મૂકો. બંને પગની એડીને ઊંચી કરો. શરીર પગના પંજાના આધારે રહેશે. હવે બંને હાથને સીધા કરો. જમીનની સમાંતર અને થોડા ઊભા થાવ. બંને પગ ઢીંચણથી વળેલા રહેશે.

લાભ : શરીરનું સંતુલન વધે. હાથ-પગનાં સ્નાયુઓ મજબૂત થાય. કમર લચીલી બને. કમરની ચરબી ઘટે. ગોઠણના સ્નાયુઓ મજબૂત થાય. તેથી આગળ જતા ગોઠણની તકલીફ ન થાય.

૩૪. ઉત્તાન મંડુકાસન

વજ્રાસનમાં બેસો. બંને પગના ગોઠણ એકબીજાથી જેટલા વધારે દૂર થાય તેટલા કરો. નિતંબ જમીનને લાગે તે રીતે પાછળથી પણ બંને પગને થોડા અલગ કરો. બંને પગના અંગૂઠા પાસે પાસે અથવા લાગેલા રહે. હવે જમણા હાથને ઊંચો કરી કોણીમાંથી વાળીને ડાબા ખભાની પાછળ ગોઠવો. તે જ રીતે ડાબા હાથને જમણા ખભાની પાછળ ગોઠવો. ચહેરો થોડો નીચે નમેલો રહેશે. છાતીને ફુલાવો અને સ્થિતમાં થોડો સમય રહો પછીથી વિપરીત ક્રમથી પાછા આવો.

લાભ : સાથળ, ગોઠણના સાંધા મજબૂત થાય. નિતંબ, કમરની ચરબી ઘટે, પાચનતંત્ર સક્રિય થાય, ફેફસાની ક્ષમતા વધે, જાલંધરબંધ અને ઉડ્ડિયાનબંધ થોડુ એની મેળે જ થાય છે. કમરથી નીચેના ભાગને મજબૂત બનાવે. સ્ત્રીઓના પ્રજનનતંત્રની બીમારીઓમાં લાભ થાય છે.

૩૫. અર્ધ મત્સ્યેન્દ્રાસન

બંને પગ સામે ફેલાવો. જમણા પગને ગોઠણમાંથી વાળો. જમણા પગના પંજાને ડાબા પગના ગોઠણની પાછળ મૂકો. હવે ડાબા પગને જમણી બાજુ વાળી એડીને નિતંબ પાસે મૂકો પછી ડાબા હાથ ને જમણા પગના ગોઠણ પાછળથી વાળીને જમણા પગના પંજાને અથવા ઘૂંટીને પકડો. હવે જમણા હાથને પીઠ પાછળ વાળો. જમણા હાથથી ડાબા પગના સાથળને પકડવા પ્રયત્ન કરો. શરીરને પણ જમણી તરફ વાળો. પીઠ, ગરદન જેટલા બની શકે તેટલા પાછળ વાળો. થોડીવાર રોકાઈને ધીમે-ધીમે પાછા આવવું. તે જ પ્રમાણે બીજી તરફ પણ કરવું. બંને બાજુ સરખા સમય માટે રોકાવું.

લાભ : મહાન યોગી મત્સ્યેન્દ્રનાથજીએ આ આસન બનાવેલ છે. હઠયોગમાં આ આસનને ખૂબ જ મહત્ત્વનું બતાવેલ છે.

શ્લોક : મત્સ્યેન્દ્રપીઠં જઠરપ્રદિપ્તી
પ્રચંડ રૂગમંડલખંડનાસ્ત્રમ્
અભ્યાસત કુડલીનીપૃબોધ
ચંદ્રસ્થિરત્વં ચ દદાતિપુંસામ્

અર્થ : મત્સ્યેન્દ્રાસન જઠરાગ્નિને તેજ કરે છે. પ્રચંડ રોગોના સમૂહને નાશ કરે છે. તેના અભ્યાસથી કુંડલિની જાગૃત થાય છે અને પુરુષોના ચંદ્રને સ્થિરતા આપે છે.

લાભ : પેટના અંગોને કાર્યક્ષમ બનાવે છે. જ્ઞાનતંત્રને લાભ થાય. કરોડરજ્જુ લચીલી અને કાર્યક્ષમ બને, કબજિયાત, ખાધેલું ન પચતું હોય તેમાં લાભ. લીવર, કિડનીની કાર્યક્ષમતા વધે. પીઠની માંસ પેશીઓને શક્તિશાળી બનાવે. એડ્રિનલ ગ્રંથિના સ્ત્રાવને વ્યવસ્થિત કરે. ડાયાબિટીસને દૂર કરે. વાના દુખાવા માટે ઉત્તમ, સમસ્ત નાડીતંત્ર ઉપર ખૂબ સારો પ્રભાવ.

ક્લેશમૂલઃ કર્માશયોદૃષ્ટજન્યવેદનીયઃ ॥ ૧૨ ॥

૩૬. હંસાસન

વજાસનમાં ગોઠણ વાળીને બેસો. બંને પગ ગોઠણમાંથી અલગ કરો. બંને હાથની કોણીને ડૂંટીની આજુબાજુમાં ગોઠવો. હાથના પંજા જમીનની ઉપર, હાથના આંગળા ફેલાયેલા અને પગ તરફ રાખો. હવે માથાને આગળ નમાવી જમીન પર મૂકો. પછી ધીરે-ધીરે પગને પાછળની તરફ લંબાવો. પગના અંગૂઠા જમીન પર રાખો. ધીરે-ધીરે માથાને અને ચહેરાને સીધા કરો. થોડા સમય રોકાવ. પછી વિપરીત ક્રમથી પાછા આવો.

લાભ : પેટના અવયવો ને સ્નાયુઓને મજબૂત કરે. પેટમાં કૃમિ હોય તો બહાર કાઢી નાખવામાં મદદરૂપ થાય, પાચનતંત્ર ઉત્તેજિત થાય, જઠરાગ્નિ તેજ થાય. કબજિયાત, અપચો મટે, મયુરાસન કરવા માટે આ આસનનો અભ્યાસ મદદરૂપ થાય છે.

સાવધાની : પેટમાં ચાંદું હોય - હાઈ બી.પી., પથરી, હર્નિયા (સાંરણગાઠ) હોય તેઓએ ન કરવું.

ઊભા રહીને કરવાના આસનો

૩૭. તાડાસન

રીત - ૧ : સીધા ઊભા રહો. બંને પગ મળેલા બંને હાથ બાજુમાં. આંખની સામે કોઈપણ જગ્યાએ નજર સ્થિર કરો, બંને હાથને સીધા જ રાખી બંને હાથને ઉપર ઊંચકતા જાવ. બંને પગની એડીને પાછળથી ઊંચી કરતા જાવ. હાથ ઉપર ખેંચતા જાવ. આખા શરીરને ઉપરની તરફ ખેંચતા જાવ. ખૂબ ખેંચો. બેલેન્સ બનાવીને ૩૦થી ૪૦ સેકન્ડ રોકાવ. પછી વિપરીત ક્રમથી પાછા આવો. આ આસનના બેથી ત્રણ આવર્તન કરવા.

રીત - ૨ : સીધા ઊભા રહો. બંને હાથ બાજુમાં નજર સ્થિર કરો. બંને હાથને સાઈડમાંથી ઊંચકો. ખભાની લાઈનમાં રોકાવ. હથેળી પલટો. હવે શ્વાસને ભરતા જાવ. હાથ ઉપર ઉઠાવતા જાવ. પગની એડીને પણ ઊંચકતા જાવ. બંને હાથને ઉપરની તરફ ખેચીને રાખો, બંને હાથ વચ્ચે થોડું અંતર રાખવું. પાછળથી પગની એડીઓ ઊંચકાયેલી રહેશે. થોડીવાર રોકાવ. વિપરીત ક્રમથી પાછા આવો.

લાભ : અમુક ઉંમર સુધી ઊંચાઈ વધારવામાં મદદરૂપ થાય. વાયુના દુઃખાવામાં ફાયદો થાય. શરીરમાં સ્નાયુઓની શક્તિ વધે. ફેફસાંની કાર્યક્ષમતા વધે. શરીરમાં બેલેન્સ આવે અને તેના હિસાબે મનની એકાગ્રતા વધે.

સાવધાની : શરીરનું બેલેન્સ ખોરવાય ન જાય તે ધ્યાન રાખવું. શરીરને સીધું જ રાખવું. આગળ પાછળ ઝૂકેલું ન રાખવું. આંખને કોઈ પોઈન્ટ પર સ્થિર રાખવી.

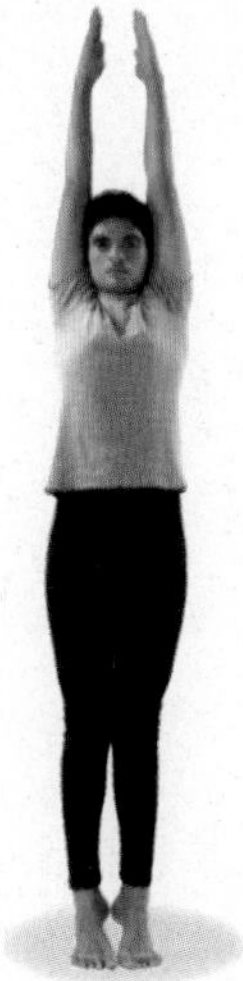

૩૮. પાદહસ્તાસન

સીધા ઊભા રહો. પગને ભેગા રાખો. હવે ધીરે ધીરે પીઠમાંથી નીચેની તરફ ઝૂકતા જાવ. શરીરને ઢીલું છોડતા જાવ. થોડીવાર રોકાવ પછી ફરીથી નીચે ઝૂકવાનો થોડો પ્રયત્ન કરો. હવે બંને હાથ જમીન પર મૂકો અને કપાળ ગોઠણને લગાવવા પ્રયત્ન કરો. હાથ જમીન પર ન લાગે, તો પગની ઘૂંટીને હાથ વડે પકડવી.

લાભ : પેટ અંદરની તરફ દબાય છે તેથી પેટની અંદરના અવયવોને મસાજ મળે છે. લોહીનું પરિભ્રમણ વધે છે. તેથી કબજિયાત, ભૂખ ન લાગવી, ગૅસ, એસિડીટીમાં ફાયદો થાય. પગના સ્નાયુઓ મજબૂત થાય. કરોડરજ્જુ લચીલી અને મજબૂત થાય. પેટ, કમરની ચરબી ઘટે. શરીરની સંતુલન શક્તિ વધે.

સાવધાની : કમરદર્દની વધારે તકલીફવાળા ખૂબ ધીમે ધીમે નીચે ઝૂકે. શરીરનું બેલેન્સ અંતિમ સ્થિતિમાં ખોરવાઈ ન જાય તે જોવું.

૩૯. વૃક્ષાસન

બંને પગ ભેગા રાખી સીધા ઊભા રહો. આંખની સામે કોઈ પણ એક જગ્યા ઉપર નજરને સ્થિર કરો. થોડીવાર નજર સ્થિર રાખી ઊભા રહો. હવે જમણા પગને ગોઠણમાંથી વાળી જમણા હાથથી જમણા પગને ઘૂંટીથી પકડવો. જમણા પગની એડી ડાબા પગના મૂળ પાસે લગાવવી. જમણા પગનું તળિયું ડાબા પગના સાથળ સાથે લગાવો. હવે બંને હાથને બાજુમાં ફેલાવતા જાવ. ખભાની સમાંતર આવે પછી હથેળીને પલટો. હથેળી છત તરફ ખુલ્લી રહે તેવી રીતે. હવે બંને હાથને ઉપર ઉઠાવતા જાવ. બંને હાથ નમસ્કારની સ્થિતિમાં ઉપર રાખવા. ત્રીસથી ચાલીસ સેકન્ડ રોકાવું. વિપરીત ક્રમથી પાછા આવવું. તે જ પ્રમાણે પછીથી બીજા પગેથી કરવું. બંને બાજુ રોકાવા માટે સરખો સમય જ રાખવો.

લાભ : શરીરનું સંતુલન વધે અને શરીરમાં સ્થિરતા આવે. શરીરમાં સ્થિરતા આવવાથી મનમાં પણ સ્થિરતા આવતી જાય છે, એકાગ્રતા વધે, પગના સ્નાયુઓની કાર્યક્ષમતા વધે.

હેયં દુઃખમનાગતમ્ ॥ ૧૬ ॥

૪૦. તિર્યક તાડાસન

સીધા ઊભા રહો. બંને પગ મળેલા રાખો. હવે બંને હાથને બાજુમાંથી ફેલાવતા જાવ. ખભાની લાઇનમાં હાથ આવે ત્યાં રોકાવ. હવે હથેળીઓને પલટી નાખો છત તરફ. ફરી હાથને ઊંચકતા જાવ ઉપરની તરફ. બંને હાથ નમસ્કારની સ્થિતિમાં લાવો. પછી આંગળાં એકબીજામાં ફસાવો. હથેળીઓને પલટો અને પછી ઉપરની તરફ ખેંચીને રાખો. હાથને ખેંચેલા રાખીને જ હવે ડાબી તરફ કમરેથી ઝૂકતા જાવ. હાથ કોણીમાંથી સીધા જ રાખવા હાથ ખેંચેલા જ રાખવા. બે હાથની વચ્ચે ચહેરો રહે તે ધ્યાન રાખવું. આગળની તરફ ખોટી રીતે ઝૂકવું નહિ. થોડીવાર રોકાવું. પછી હાથ, ચહેરો સીધો કરવો અને ફરી હાથને ઉપરની તરફ ખેંચી જમણી તરફ ઝૂકવું. બંને બાજુ સરખા સમય માટે રોકાવું. ધીરે ધીરે પાછા આવવું.

લાભ : પેટ, કમર, નિતંબની ચરબી ઘટે. શરીરમાં સ્થિરતા આવે. ફેફસાની કાર્યક્ષમતા ખૂબ વધે. દમ, અવસ્થા અને શ્વસનતંત્રને લગતી અન્ય બીમારીમાં ખૂબ લાભ થાય. શરીરના સ્નાયુઓ લચીલા અને મજબૂત થાય. કમર, પીઠ, ખભાનો દુઃખાવો મટે. અમુક ઉંમર સુધી ઊંચાઈ વધારવામાં ઉપયોગી.

સાવધાની : કરોડ, પીઠ ખૂબ અક્કડ હોય તેઓ સાવધાનીથી કરે. અંતિમ સ્થિતિમાં બેલેન્સ ખોરવાઈ ન જાય તે ધ્યાન રાખવું. જો બંને પગ ભેગા રાખીને ન કરી શકાય તો બંને પગ વચ્ચે થોડું અંતર રાખીને પણ કરી શકાય.

૪૧. ત્રિકોણાસન-૧

સીધા ઊભા રહો. બંને પગ બની શકે તેટલા પહોળા (અલગ) કરો. હવે પીઠથી નીચે ઝૂકો. બંને હાથ જમીન ઉપર બંને પગની વચ્ચે મૂકો. હવે જમણો હાથ ડાબા પગના અંગૂઠા પાસે લઈ જાવ. ડાબો હાથ ઉપર છતની તરફ લઈ જાવ. તમારી નજર ડાબા હાથ ઉપર રાખવી. થોડીવાર રોકાવું. ધીરે ધીરે પાછા આવી ડાબો હાથ જમણા પગના અંગૂઠા પાસે લઈ જાવ. જમણો હાથ ઉપર છતની તરફ લઈ જાવ. તમારી નજર જમણા હાથ ઉપર રાખવી. થોડીવાર રોકાવું. પછી પાછા આવવું. બંને તરફ સરખા સમય માટે રોકાવું.

લાભ : પેટના અવયવોને મસાજ થાય છે. ગૅસ, એસિડીટી, કબજિયાત, પેટ ભારે લાગવું વગેરેમાં ખૂબ લાભ થાય. પાચનતંત્ર સક્રિય થાય. જઠરાગ્નિ તેજ થાય. ફેફસાં, હૃદયની કાર્યક્ષમતા ખૂબ વધે. કરોડના હાડકામાં લચીલાપણું વધે. કમરદર્દ, પીઠદર્દ અને ખભાનો દુઃખાવો મટે. શરીરની સ્થૂળતા ઘટે.

સાવધાની : કરોડરજ્જુ ખૂબ જ અક્કડ હોય તેઓ સાવધાનીથી કરે. બેલેન્સ ખોરવાઈ ન જાય તે ધ્યાન રાખવું.

૪૨. ત્રિકોણાસન-૨

પગ અલગ રાખીને જ ઊભા રહો. હાથ સીધા રાખો. હવે જમણા હાથને ઊંચકી ખભાની સમાંતર લાવો. હથેળીને પલટો. હવે ધીરે ધીરે જમણો હાથ ઉપરની તરફ ઉઠાવતા જાવ. ઉપર ઊંચકાય પછી હાથને ઉપર ખેંચો. ખેંચેલો જ રાખીને ડાબી તરફ ઝૂકતા જાવ. ડાબો હાથ ડાબા પગ સાથે નીચેની તરફ સરકતો જશે. જ્યાં સુધી જઈ શકાય ત્યાં સુધી ડાબી તરફ ઝૂકવું. પછી સ્થિતિમાં વીસથી ત્રીસ સેકન્ડ રોકાવું. વિપરીત ક્રમથી પાછા આવવું. હવે તે જ પ્રમાણે ડાબા હાથથી કરવું. બંને તરફ સરખા સમય માટે રોકાવું.

લાભ : ત્રિકોણાસન-૧થી થતાં બધા જ લાભ. વિશેષમાં કમર ઉપર થોડું વધુ ખેંચાણ થાય છે.

સાવધાની : ત્રિકોણાસન-૧ મુજબ.

વિશેષાવિશેષલિઙ્ગમાત્રાલિઙ્ગાનિ ગુણપર્વાણિ ॥ ૧૯ ॥

૪૩. ગરૂડાસન

સીધા ઊભા રહો. પગ મળેલા રાખો. જમણા પગને ગોઠણમાંથી વાળો. ડાબા પગની સાથે આંટી મારો. જમણા પગનો સાથળનો પાછળનો ભાગ, ડાબા પગના સાથળના આગળના ભાગ ઉપર રહેશે. જમણા પગના અંગૂઠાથી ડાબા પગના ઘૂંટી પાસે લોક કરો. જુઓ ચિત્ર તે જ પ્રમાણે જમણા હાથને ડાબા હાથ સાથે આંટી લગાવો અને નમસ્કારની સ્થિતિ બને તેવી કોશિશ કરો. આખું શરીર ડાબા પગ પર સ્થિર રહેશે. થોડીવાર સ્થિતિમાં રોકાવું. પાછા આવી પછી તે જ પ્રમાણે બીજા પગેથી અને બીજા હાથેથી કરવું. બંને તરફ સરખા સમય માટે રોકાવું.

લાભ : ગોઠણ, હાથ, ખભાની જડતા દૂર થાય, પગના દુઃખાવમાં ફાયદો થાય. શરીરમાં સ્થિરતા વધે. પ્રૉસ્ટેટની ફરિયાદ દૂર થાય. અમુક ઉંમર સુધી ઊંચાઈ વધારવામાં મદદરૂપ થાય. મનને એકાગ્રતા આપે છે.

૪૪. અર્ધકટી ચક્રાસન

સીધા ઊભા રહો. બંને પગ ભેગા, બંને હાથ સીધા, હવે જમણા હાથને બાજુમાંથી ધીમે-ધીમે ઉપર લઈ જાવ. ખભાની લાઈનમાં આવે ત્યારે હથેળીને છતની તરફ પલટી ધીમે-ધીમે હાથ ઉપર લઈ જાવ. ખભાથી કોણીની વચ્ચેનો હાથ કાનને લગાવો. હવે હાથને થોડો ઉપરની તરફ ખેંચો. હાથ ખેંચેલો રાખીને જ ડાબી તરફ ઝૂકતા જાવ. ડાબો હાથ નીચેની તરફ લેતા જાવ. મસ્તક અને જમણો હાથ ડાબી તરફ વળશે. જમણા હાથને કોણીમાંથી વાળવો નહિ, શરીર ડાબી તરફ જ વળશે. આગળ, પાછળ વાળવું નહિ. થોડીવાર રોકાવું પછી વિપરીત ક્રમથી પાછા આવવું. પછી બીજી તરફ કરો. બંને તરફ સરખા સમય માટે રોકાવું.

લાભ : કરોડરજ્જુને બંને બાજુ ખેંચવાથી તે લચીલી અને કાર્યક્ષમ બને છે. યકૃત માટે લાભદાયી લગભગ આસનોમાં કરોડરજ્જુ આગળ કે પાછળ વળે છે. ઓછા આસનો એવા છે જેમાં કરોડરજ્જુને સાઈડમાં વાળવામાં આવે છે. આ આસનમાં કરોડરજ્જુને બાજુમાં વાળવામાં આવે છે તેથી આસનનું મૂલ્ય ઊંચું છે. શારીરિક સ્થિરતા વધે છે. કમરની ચરબી ઓછી થાય છે.

તદર્થ એવ દૃશ્યસ્યાત્મા ॥ ૨૧ ॥

૪૫. મેરૂદંડાસનના આઠ પ્રકાર

બધા જ પ્રકારમાં અમુક નિયમો કોમન છે તેને જોઈ લઈએ.

૧) દરેક પ્રકારમાં હાથને ઢીલા જ રાખવા અને હાથ ખભાની સમાંતર ફેલાયેલા જ રાખવા. **૨)** કમરને ઊંચકી સ્થિતિમાં જવું અને કમરથી જ પાછા આવવું. **૩)** અંતિમ સ્થિતિમાં પેટને ઢીલું રાખવું, શ્વાસને ચાલુ જ રાખવો.

૪) જે તરફ પગ જશે તેની વિરુદ્ધ ચહેરાને રાખવો. **૫)** દરેક પ્રકારમાં અંતિમ સ્થિતિમાં ત્રીસથી સાંઈઠ સેકન્ડ રોકાવું. શરૂઆત ત્રીસ સેકન્ડથી કરવી. સાંઈઠ સેકન્ડ સુધી પહોંચવું.

પ્રકાર-૧

પીઠ પર સૂવું. બંને પગ નજીક રાખો. બંને હાથને ખભાની સમાંતર ફેલાવો. હવે જમણા પગને ઊંચકી ડાબા પગના અંગૂઠા આંગળી વચ્ચે જમણા પગનો પાછળનો ભાગ રાખો, હવે જમણી બાજુથી કમર ઊંચકી પગને ડાબી તરફ લઈ જવા. જમણા પગના અંગૂઠાને જમીન પર લગાવવા કોશિશ કરવી. ચહેરાને જમણી તરફ લઈ જવો. ત્રીસથી સાંઈઠ સેકન્ડ રોકાવું. પાછા આવતી વખતે જમણી બાજુથી કમરને સીધી કરી ચહેરાને સીધો કરી પાછા આવવું. તે જ પ્રમાણે બીજા પગેથી બીજી તરફ કરવું.

પ્રકાર-૨

પગ નજીક. હાથ ફેલાવેલા હવે જમણા પગને ગોઠણમાંથી વાળી જમણા પગના તળિયાના વચ્ચેના ખાડાવાળા ભાગને ડાબા પગના ગોઠણ પર રાખો. જમણી બાજુથી કમર ઊંચકી પગ ડાબી તરફ લઈ જવા. કોશિશ કરવી. જમણા પગના ગોઠણને જમીન સુધી લઈ જવાની. ચહેરાને ખેંચીને જમણા ખભા તરફ દાઢીને રાખવી. ત્રીસથી સાંઈઠ સેકન્ડ રોકાવું. જમણી બાજુથી કમર સીધી કરી પાછા આવવું અને તે જ પ્રમાણે ડાબા પગથી કરવું.

પ્રકાર-3

બંને પગ ગોઠણમાંથી વાળી પગના તળિયા જમીન પર રાખવા. બંને ગોઠણ વચ્ચે એકથી સવા ફૂટનું અંતર. તમારા પગના ગોઠણથી પગના તળિયાની વચ્ચે જેટલું અંતર હોય તેટલું જ અંતર બંને ગોઠણ વચ્ચે રાખવું. નિતંબ અને પગની એડી વચ્ચે ૪૫° નો કોણ બનાવવો. જમણી બાજુથી કમર ઊંચકી બંને પગ ડાબી તરફ લઈ જવા. ડાબા પગને ઢીલો છોડવો. ડાબો પગ જમીન પર પડી જશે. જમણા પગના ગોઠણને ખેંચીને રાખવો અને ડાબા પગની એડીને લગાવવા કોશિશ કરવી. ચહેરાને વિરુદ્ધ દિશામાં લઈ જવો. ત્રીસ સેકન્ડ રોકાવું અને કમર સીધી કરતા પાછા આવવું. પગને પાછા લાવી પછી તે જ પ્રમાણે બીજી બાજુ કરવું.

પ્રકાર-૪

પગ ગોઠણમાંથી વાળેલા જ રાખવા. બંને પગને મેળવી લેવા. પગના તળિયાને નિતંબની પાસે લઈ જવા. પગ બંને ભેગા જ રાખવા. અલગ ન કરવા. હવે બંને પગ જમણી બાજુથી કમર ઊંચકીને ડાબી તરફ લઈ જવા. ડાબો પગ જમીન ઉપર લાગશે. જમણો પગ ડાબા પગની ઉપર રહેશે. ચહેરો વિરુદ્ધ દિશામાં. ત્રીસ સેકન્ડ રોકાવું. પાછા આવીને બીજી તરફ જવું.

પ્રકાર-૫

ચોથા પ્રકારની માફક પગ ગોઠણમાંથી વાળેલા જ રાખવા. હવે જમણા પગને ઊંચકીને જમણા પગના તળિયાના વચ્ચેના ભાગને ડાબા પગના ગોઠણ ઉપર લગાવવો. ડાબા પગને જરૂર લાગે તો થોડો ખોલી શકાય. હવે જમણી બાજુથી કમર ઊંચકી પગ ડાબી તરફ લઈ જવા. જમણા પગના ગોઠણને છેક જમીન સુધી લઈ જવાની કોશિશ કરવી. ચહેરાને વિરુદ્ધ દિશામાં લઈ જવો. ત્રીસ સેકન્ડ રોકાવું. પછી કમર સીધી કરતા પાછા આવવું. તે જ પ્રમાણે બીજા પગેથી કરવું.

પ્રકાર-૬

બંને પગ ગોઠણમાંથી વાળવા. પછી બંને પગના ગોઠણ છાતી તરફ લઈ જવા. પગના પંજાને ઢીલા રાખવા, ગોઠણ છાતી વચ્ચેનું અંતર શક્ય તેટલું ઓછું કરવું. મનથી તે અંતરને નોંધી લેવું. કારણ પગ ખૂલી જવાની શક્યતા રહે છે. ગોઠણ અને છાતી વચ્ચેનું અંતર છેલ્લે સુધી બદલાય નહિ તેવો પ્રયત્ન કરવો. હવે જમણી બાજુથી કમર ઊંચકી બંને પગ ડાબી તરફ લઈ જવા. પગને જમીન પર મૂકી દેવા. ડાબો પગ જમીન ઉપર, જમણો પગ ડાબા પગની ઉપર રહેશે. ચહેરો વિરુદ્ધ દિશામાં લઈ જવો. ત્રીસથી સાંઈઠ સેકન્ડ રોકાવું. પછી કમર સીધી કરતા પાછા આવવું. પાછા આવીને તુરંત બીજી તરફ જવું. ત્રીસથી સાંઈઠ સેકન્ડ રોકાવું. પછી કમર સીધી કરી પાછા આવવું.

તત્ય સપ્તધા પ્રાન્તભૂમિઃ પ્રજ્ઞા ॥ ૨૭ ॥

પ્રકાર-૭

બંને પગ સીધા રાખવા. હાથ ફેલાયેલા જ રાખવા. હવે જમણા પગને ગોઠણમાંથી સીધો રાખીને ૭૦° થી ૯૦° સુધી ઊંચકવો. ગોઠણમાંથી સીધો રહી શકે તેટલો જ ઊંચકવો. હવે જમણી બાજુથી કમર ઊંચકી પગ ડાબી તરફ લઈ જવો. જમણા પગના અંગૂઠાને જમીનથી એકથી બે ઈંચ ઊંચો રાખવો. જમણા પગનો અંગૂઠો ડાબા હાથની હથેળી પાસે આવશે. ડાબો પગ ગોઠણમાંથી સીધો જ રાખવો. ડાબા પગનો તળિયાનો ભાગ ઘૂંટીથી ડાબી તરફ ઝૂકેલો રહેશે. ચહેરો જમણા ખભા તરફ ખેંચેલો રહેશે. ત્રીસથી સાંઈઠ સેકન્ડ રોકાવું. હવે જમણી બાજુથી કમર સીધી કરી પગને પાછો તે જ જગ્યાએ લાવવો જ્યાંથી શરૂઆત કરેલી. પાછા આવવામાં ખૂબ વજનનો અનુભવ થશે. પગ ધીરેથી નીચે લાવી પછી ડાબા પગેથી તે જ પ્રમાણે કરવું.

આ પ્રકારમાં ભૂલ થશે, પગ જે ઊંચકાયેલો હશે તે સ્થિતિમાં જતી વખતે અને પાછા આવતી વખતે નીચે આવવા લાગશે. તે ભૂલ ન થાય તે ખાસ જોવું.

પ્રકાર-૮

બંને પગ સીધા અને ભેગા રાખવા. હાથ ફેલાયેલા જ રાખવા. સાતમા પ્રકારમાં જે કામ એક પગેથી કરેલું તે જ કામ આઠમા પ્રકારમાં બંને પગેથી કરવાનું છે. બંને પગ ગોઠણમાંથી સીધા રાખી એક સાથે ૭૦° થી ૯૦° સુધી ઊંચકવા. પછી જમણી બાજુથી કમર ઊંચકી પગ ડાબી તરફ લઈ જવા. પગને જમીન પર મૂકી દેવા. ડાબો પગ જમીન ઉપર જમણો પગ ડાબા પગની ઉપર રાખવો. પગ ગોઠણમાંથી સીધા જ રાખવા. બંને પગ ડાબા હાથની હથેળીની નજીક આવશે. ત્રીસથી સાંઈઠ સેકન્ડ રોકાવું. પાછા આવવું ખૂબ જ અઘરું લાગશે. જમણી બાજુથી કમર સીધી કરી બંને પગ પાછા લાવશું. તે જ જગ્યાએ પાછા લાવશું. જ્યાંથી આપણે પગને નીચે લઈ ગયા હતા. ૭૦° કે ૯૦° હવે પગને જમીન પર પાછા ન લાવતા બીજી તરફ લઈ જવા. બંને પગ જમણી તરફ, ચહેરો ડાબી તરફ ત્રીસથી સાંઈઠ સેકન્ડ રોકાવું અને કમર સીધા કરતા પાછા આવવું.

મેરુદંડાસન પ્રકાર ૧ થી ૮ના લાભ : કરોડરજ્જુ લચીલી અને મજબૂત બને છે. પેટમાં અને કરોડરજ્જુમાં લોહીનું પરિભ્રમણ ખૂબ વધે છે તેથી બંનેની કાર્યક્ષમતા ખૂબ વધે છે. પેટના ઘણા રોગો મટે છે. પેટમાં નિચોડ થાય છે. જેમ કપડા ધોઈને નિચોવીને તે પ્રકારે પેટ નિચોવાય છે. પેટની અંદરના બધા અવયવોને સુંદર મસાજ મળે છે. અશુદ્ધ લોહી બહાર નીકળી શુદ્ધ લોહીનો જથ્થો મળવાથી બધા જ અવયવોની કાર્યક્ષમતા વધે છે. શરીરની આળસ દૂર કરી શરીરને સ્ફુર્તિલું બનાવે. પેટ, કમર અને નિતંબની વધારાની ચરબી દૂર થાય. સાંધાનો દુ:ખાવો મટે છે. જેઓને કબજિયાતની તકલીફ હોય તેઓ વહેલી સવારે ઉષ-પાન એટલે કે તાંબાના વાસણમાં રાતનું ભરેલું પાણી સવારે ખાલી પેટે બે ગ્લાસથી ચાર ગ્લાસ જેટલું પીને ત્રીજા પ્રકારનો અભ્યાસ સાતથી આઠ વાર કરે તો કબજિયાત મટે છે.

૪૬. શવાસન (ધ્યાન)

શવાસનને ધ્યાનની પ્રારંભિક અવસ્થા કહી શકાય, ધ્યાનની શરૂઆત કહી શકાય. પીઠ પર સૂવું. બંને પગ એકબીજાથી એકથી બે ફૂટ દૂર રાખવા. બંને હાથ શરીરથી થોડા અલગ રાખવા. હાથની હથેળી છતની તરફ ખુલ્લી રાખવી. હાથના આંગળાને ખૂબ જ ઢીલા રાખવા. આંગળા થોડા અંદરની તરફ વળી જશે. શવાસન એટલે શવ+આસન. શવ એટલે મૃત શરીર (ડેડ બોડી). જેમ મૃત શરીરમાં કોઈ પ્રકારની હલન-ચલન નથી હોતી. શરીરનો કોઈ સ્નાયુ, કોઈ જોડ ખેંચાયેલો નથી હોતો તે જ પ્રમાણે શરીરને શબવત કરી દેવું.

ચહેરાને ડાબી અથવા જમણી તરફ ઝૂકેલો રાખી શકાય અથવા સીધો પણ રાખી શકાય. જે સ્થિતિમાં તમે ગરદનને વધારે ઢીલી રાખી શકતા હોય તે સ્થિતિમાં રાખવી. મોઢાની અંદરના દાંત એકબીજાથી થોડા અલગ રાખવા, જેથી જડબાનો જોડ પણ ઢીલો રહે. જીભને નીચેના દાંતની પાછળ રાખવી, જેથી લાળ ન બને. જો લાળ બને અને તે લાળ તમારે ગળવી પડે તો તેનાથી હલનચલન થાય છે. તેથી લાળ જ ન બને તેમ જીભને નીચેના દાંતની પાછળ રાખવી.

ગરદન સીધી રાખીને

ગરદન ઢાળીને

બંને આંખો હળવેથી બંધ કરવી. આંખની અંદરની હિલચાલ શાંત રહે તેના માટે બંધ આંખથી નાકની ટોચને જોવાની કોશિશ કરવી. એટલે નજર નીચેની તરફ ઢળેલી રહેશે અને તેનાથી આંખની અંદરની હિલચાલ શાંત થઈ જશે.

હવે બંધ આંખથી, શાંત મનથી પૂરા શરીરને એકવાર જોઈ લો. શરીર ક્યાંયથી પણ ખેંચાયેલું તો નથી ને જોઈ લો. ક્યાંયથી પણ શરીર તમને ખેંચાયેલું, કડક લાગતું હોય તો તેને ખૂબ જ ઢીલું છોડી દો. આ થઈ શિથિલીકરણની ક્રિયા. શવાસનના ત્રણ પગથિયાં. પહેલું પગથિયું શિથિલીકરણ, બીજું સહિષ્ણુતા અને ત્રીજું અભય. જ્યાં સુધી શરીર પૂરું શિથિલ ન થાય ત્યાં સુધી બીજા પગથિયા પર ન જવું. ફરી એકવાર બંધ આંખોથી, મનની આંખોથી શરીરને ચેક કરી લો અને ખૂબ જ શિથિલ છોડી દો. જેમ આપણે ચાદર પાથરીએ છીએ તે પ્રમાણે શરીરને પાથરી દો. પગના તળિયાથી શરૂ કરી મનની આંખથી એક એક ભાગને ચેક કરતા જાવ અને વધારેમાં વધારે ઢીલો છોડતા જાવ. પગના તળિયાથી શરૂ કરી માથાના મધ્ય ભાગ સુધી એક એક ભાગને જોતા જાવ, ઢીલો છોડતા જાવ, ઢીલો છોડતા જાવ.

શરીરને એટલું ઢીલું છોડો કે શરીરનો અનુભવ થવો બંધ થઈ જાય. જેટલું શરીરને ઢીલું છોડશો એટલા જ તમારા શ્વાસોશ્વાસ શાંત થવા લાગશે. શ્વાસ એટલો શાંત, છીછરો થવા લાગશે કે જાણે શ્વાસ લેવા છોડવાનું ભૂલી જ ગયા હોય, એટલા શાંત થવા લાગશે. જેટલા શ્વાસ શાંત થશે તેટલું જ તમારું મન, તમારા વિચારો, તમારી ભાવનાઓ શાંત થવા લાગશે. શરીરનો પ્રભાવ શ્વાસ પર પડશે. શ્વાસનો પ્રભાવ મન, વિચારો પર પડશે ને એક એવી સ્થિતિનો અનુભવ થશે. જે સ્થિતિ વિશે બતાવી ન શકો કારણ ધ્યાન અનુભવ છે, અનુભવગત છે. ધ્યાન વિશે કોઈ શબ્દોથી સમજ ન પડે. શબ્દોથી કોઈ ધ્યાન વિશે સમજાવી ન શકે અને શબ્દોથી ધ્યાન વિશે કોઈ સમજી પણ ન શકે. કારણ કે શબ્દોથી દૂરની સ્થિતિ છે ધ્યાન. ધ્યાનને અનુભવી શકાય, શબ્દોથી બતાવી ન શકાય. શબ્દોનું કામ છે રસ્તો બતાવવા પૂરતું જેમ કોઈ વ્યક્તિને તમે શબ્દોથી રસ્તો બતાવી શકો. પણ શબ્દોથી તેને તેની મંઝીલે પહોંચાડી ન શકો. તે વ્યક્તિ પણ ફક્ત શબ્દોને સમજી લે અને મંઝીલે પહોંચી જાય તેવું પણ નહિ બને. તેને ચાલવું તો પડશે જ.

હવે ધ્યાનમાં ચાલવું એટલે રોકાઈ જવું. સતત આપણું શરીર અને મન ગતિમાન જ હોય છે. તે ગતિને બંધ કરવી એટલે કે રોકાઈ જવું. બસ સ્થિર થઈ જવું, શાંત થઈ જવું.

ધીરે ધીરે ધ્યાન ઊતરશે, ધ્યાન કરી ન શકાય. ધ્યાન ઊતરે તેના માટે એક સ્થિતિ

બનાવી શકાય. પછીનું કામ તેની મેળે જ થશે. તમારું કામ ફક્ત એક આદર્શ સ્થિતિ બનાવવાનું. શરીરને સ્થિર શાંત કરવાનું અને મનની ગતિવિધિઓને મનથી જોવાનું.

શરૂઆતમાં ખૂબ વિચારો આવી શકે. મનને શાંત રહેવું ગમતું નથી. મનનો સ્વભાવ જ ચંચળતા છે તેથી તે શરીરને પણ શાંત થવા ન દે. અલગ-અલગ પ્રકારના વિચારોની એક હારમાળા શરૂ થઈ જાય આવું ચોક્કસ બને. કારણ કે મનનો સ્વભાવ જ છે અને કાયમ માટે આઝાદ રહેલું મન, અનિયંત્રિત રહેલું મન જલદીથી શાંત નહિ થાય. વિચારો ખૂબ આવશે. તમે તે વિચારોને પણ સાક્ષી ભાવથી જોતા રહો, જોતા રહો અને એક સમય એવો આવશે કે વિચારો તેની મેળે બંધ થઈ જશે. કારણ કે જેવા તમે સાક્ષી ભાવથી વિચારોને જોશો, વિચારો પડવા લાગશે, દૂર થવા લાગશે.

લગભગ વ્યક્તિ શરીરને હું એવું કહે છે. હું એટલે કોણ ? હું એટલે પગ, હાથ, ચહેરો, માથું, છાતી, પેટ, હું એટલે કોણ ?

આપણા શરીરનો એક પણ ભાગ એવો નથી કે જેને તમે કહી શકો કે આ હું છું. જરા વિચારીને જુઓ, આ પ્રશ્નો તમે તમારી જાતને પૂછી જુવો.

શવાસન દરમ્યાન આ જ પ્રશ્નો તમારી જાતને પૂછો. લગભગ જવાબ નહિ મળે. કારણ કે તમે નહિ બતાવી શકો, શરીરના એક પણ ભાગને કે આ હું છું તેવું નહિ જ કહી શકો. શરીરને હું સમજીને આપણે શરીરને ખૂબ ખેંચીને કડક રાખતા હોઈએ છીએ. શવાસન દરમ્યાન આ પ્રશ્નોથી તમે શરીરને વધારે અને વધારે ઢીલું છોડી શકશો. કારણ હાથ તો હું નથી. ગરદન તો હું નથી. પછી શા માટે તેને કડક કરીને, ખેંચીને રાખું અને એમ તમે વધારે અને વધારે શરીરને ઢીલું છોડતા જશો. છોડતા જશો અને ધ્યાનનું પહેલું ચરણ, પહેલું પગથિયું તમે સરસ રીતે પાર કરી જશો.

પછીથી બીજું ચરણ સહિષ્ણુતા. સહિષ્ણુતા એટલે અનુષ્ઠાન, અનુષ્ઠાન એટલે કે શરીરને કોઈ પણ પરિસ્થિતિમાં હવે હું હલાવીશ નહિ, સ્થિર જ રાખીશ એવો નિશ્ચય કરવાનો.

લગભગ આપણે શરીરને સ્થિર રાખી શકતા નથી. તમે અનુભવ કરજો. સતત શરીરથી કોઈ ને કોઈ કાર્ય કરતા જ રહો છો. કંઈ જ કામ નહિ હોય છતાં તમે શરીરને હલાવતા જ રહેવાના. પાંચ-દશ મિનિટ સ્થિર બેસવાનો પ્રયત્ન કરીને જો જો, આશ્ચર્યચકિત થઈ જશો. વાંચવામાં ખૂબ સહેલું લાગતું આ વાક્ય અનુભવ કરીને જોજો. દશ મિનિટ માટે કશું જ કામ નથી. હવે હું સ્થિર બેસીશ આવો નિર્ણય કરજો. એકાદ બે મિનિટમાં ઘણી બધી જગ્યાએ પીડા થવા લાગશે. પીઠમાં દુઃખવા લાગશે, ખાલી ચડી જશે, ક્યાંક ખંજવાળ આવવા લાગશે. આ અને આવું ઘણું બધું થવા લાગશે. જે ફક્ત મનની ચાલબાજી છે તમને સ્થિર ન થવા દેવા માટેની.

તો બીજા ચરણમાં નિશ્ચય કરો કે હવે હું શરીરને નહિ જ હલાવું. ગમે તે થાય હું જરા પણ શરીરને હલવા નહિ દઉં, શરીરમાં અલગ અલગ પ્રકારની સંવેદનાઓ થવા લાગશે. તમારે કોઈ જ પ્રતિક્રિયા શરીર દ્વારા ન કરવી. બસ સાક્ષી ભાવથી તેને જોતા રહો. કોઈ ભાગ ઉપર ખંજવાળ આવી, આવવા દો. તમે હાથથી પ્રતિક્રિયા કરીને ખંજવાળને દૂર કરવા કોઈ જ પ્રયત્ન ન કરો. ખંજવાળ થોડી ક્ષણોમાં દૂર થઈ જશે.

જે પણ થાય શરીર ઉપર બસ સાક્ષી ભાવથી જોતા રહો, જોતા રહો, જોતા રહો. દરેક સંવેદના દૂર થતી જશે. પછી ત્રીજા ચરણમાં પ્રવેશ થશે. ત્રીજું ચરણ અભય, અભય એટલે ભય રહિત, ભય વગરનું.

દરેક વ્યક્તિ હંમેશાં કોઈ ને કોઈ પ્રકારના ભયમાં જ જીવતો હોય છે. હજારો પ્રકારના ભય માણસોને સતાવતા હોય છે. તમે અનુભવ કરજો દરેક ભય ક્યાં તો ભૂતકાળની સ્મૃતિ સાથે અથવા તો ભવિષ્યની કલ્પના સાથે જ આવશે.

લગભગ માણસો સતત વિચારો કરતા હોય છે. આખો દિવસ ફક્ત અને ફક્ત વિચારો આવતા જ રહે છે, આવતા જ રહે છે જાણે કે બ્રેક વગરની ગાડી. ક્યાંય બ્રેક જ નહિ. સતત વિચારતા રહેવું તે મનુષ્યનો સ્વભાવ. વિચાર માટે એવું કહેવાય છે કે સો વિચારમાંથી નંવ્વાણું વિચાર કામના હોતા જ નથી. નકામા વિચારો સ્ટ્રેસ (તનાવ) ઊભો કરે છે અને ઘણા બધા રોગો આ તનાવથી ઊભા થાય છે.

દરેક વિચાર તમારા શ્વાસને અનિયંત્રિત, અનિયમિત કરશે અને આવી રીતે લેવાતો શ્વાસ તમારા સ્વાસ્થ્યને ખૂબ હાનિ પહોંચાડે છે.

આ એક એવું વિષચક્ર છે જેને તોડવું ખૂબ જ અઘરું થશે. જો તમે યોગના અભ્યાસી, ધ્યાનના અભ્યાસી નહિ હોય તો આ વિષચક્રમાં ફસાતા જ જશો, ફસાતા જ જશો અને આ કુદરતની અમૂલ્ય રચના, ઉત્કૃષ્ટ નમૂનાને એટલે કે આપણા શરીરને ખરાબ કરતા જશો.

તો ત્રીજા અને છેલ્લા 'અભય'ના ચરણમાં તમારે ફક્ત વર્તમાનમાં રહેવાની કોશિશ કરવાની છે. વર્તમાનમાં કોઈ મનુષ્યને કોઈ પ્રકારની તકલીફ હોતી નથી. તમે ચેક કરો અત્યારે વાંચી રહ્યા છો. હાલ આ સમયે તમને કાંઈ તકલીફ છે? નથી ને, નથી જ. માણસ જીવી શકે છે વર્તમાનમાં જ પણ હંમેશાં જીવતો હોય છે, ભૂતકાળની સ્મૃતિમાં અને ભવિષ્યની સોનેરી કલ્પનાઓમાં.

દરેક મનુષ્ય લગભગ એવું જ કહેશે કે હું ફલાણા સમયે, લગભગ તો એવું કહેશે કે બાળપણમાં ખૂબ સુખી હતો અથવા કહેશે, આટલું કામ બાકી છે. તે પતે એટલે પછી કોઈ જ જાતની ચિંતા નહિ રહે અને હું સુખી થઈશ. ક્યારેય સુખી નહિ થવાય. લખી

લો. આ વાતને સમજી લેજો કે તમે અગાઉ સુખી હતા જ નહિ અને ભવિષ્યમાં પણ ક્યારેય સુખી થવાના જ નથી. જો તમે અત્યારે જ સુખી નથી તો પછી સુખી થવાના કોઈ ચાન્સ નથી અને અત્યારે જ સુખી થવાનો ઉપાય છે ધ્યાન. શવાસન તો જ્યાં સુધી શવાસન કરો છો ત્યાં સુધી વર્તમાનમાં એટલે કે 'અભય'ની સ્થિતિમાં રહો. જોતા રહો શરીરને. જોતા રહો શ્વાસને. ધીરે ધીરે બધું એટલું શાંત થવા લાગશે અને તમે એક ગહન મૌનની અનુભૂતિ, ગહન શાંતિની અનુભૂતિમાં જતા રહેશો અને તે શાંતિ, તે સ્થિરતા અગાઉ ક્યારેય ન અનુભવેલી હોય તેવું બને.

જીવનમાં બે પ્રકારના આયામ, તથ્યો છે. એક જેને પહેલા જાણી લેવું પડે અને પછીથી જ કરી શકાય.

બીજું તથ્ય જેને પહેલા કરવું પડે અને પછીથી જ જાણી શકાય, કરશો તો જ જાણી શકશો. પહેલા કરો પછી જ જાણ થશે.

પહેલું તથ્ય વિજ્ઞાન છે અને બીજું તથ્ય યોગ, ધ્યાન, ધર્મ છે. વિજ્ઞાનમાં પહેલા જાણવું જરૂરી હશે તો જ પાછળથી કરી શકાય. 'યોગ' ધ્યાનમાં પહેલા કરવું પડશે. પછીથી જ જાણી શકશો. વિજ્ઞાનમાં જ્ઞાન પહેલા અને કર્મ પછી છે. 'યોગ'માં કર્મ પહેલા અને જ્ઞાન પછી જ. વિજ્ઞાન બહારની યાત્રા છે, બહારના જગતના સંદર્ભમાં છે. 'યોગ' અંદરની યાત્રા છે. અંદરના જગતના સંદર્ભમાં છે.

પહેલા ધ્યાન કરો અને પછીથી જાણો. પછીથી જ જાણી શકાય કોઈ વિકલ્પ જ નથી. ધ્યાન કરવાથી જ તેને સમજી શકશો. અહીં કરવું શબ્દ આવ્યો ધ્યાનને કરવા સાથે કોઈ સબંધ નથી. ધ્યાન કરી ન શકાય પણ બીજો કોઈ શબ્દ જ નથી. ન કરવું એટલે ધ્યાન. ન કરવું તેમાં પણ કરવું તો છે જ. ધ્યાન કોઈ ક્રિયા નથી અક્રિયા છે. ધ્યાન મનથી અમન થવાની ક્રિયા છે. ધ્યાનમાં કરવું, ચાલવું એટલે રોકાઈ જવું. જ્યાં છો ત્યાં રોકાઈ જાવ એટલે ધ્યાન અને લગભગ તમે અનુભવ કરજો. રોકાવુ કોઈને પણ ગમતું નથી. બસ એક એવી દોડ ચાલે છે જ્યાં મૃત્યુ એ જ રોકાવું એવી હાલત છે. શવાસન કરશો તો જ સમજ પડશે. જ્યાં સુધી ધ્યાનની અનુભૂતિ નહિ થાય ત્યાં સુધી તમે જાણી જ નહિ શકો ધ્યાનને.

ધ્યાન આપણી કુદરતી અવસ્થા હતી જ કારણ કે માના ગર્ભમાં, માના પેટમાં દરેક વ્યક્તિ ધ્યાનની સ્થિતિમાં જ હોય છે અને તો જ પાંચ-સાત મહિના આપણે એક જ સ્થિતિમાં અંદર રહી શકીએ. અત્યારે પાંચ-દશ મિનિટ પણ આપણે એક સ્થિતિમાં બેસી શકતા નથી. પણ માના પેટમાં આપણે ધ્યાનમાં જ હતા. તેથી ધ્યાન આપણી કુદરતી અવસ્થા હતી જ. પણ વચ્ચેના સમયમાં આપણે તેનાથી છૂટી ગયા છીએ. તેથી ધ્યાન તરફ પાછા આવવામાં સમય કદાચ લાગે પણ આવી શકાય ચોક્કસ. ફક્ત

અભ્યાસ અને અભ્યાસથી જ. હવે થોડી વાર માટે તમે ફક્ત શ્વાસ પર ધ્યાન કેન્દ્રિત કરો. આવતા અને જતા શ્વાસ ઉપર મનને રાખો. શ્વાસની કોઈ કસરત નહિ. સહજ, સ્વાભાવિક શ્વાસ ચાલી રહ્યા છે અને તમે જોઈ રહ્યા છો. શ્વાસનો અનુભવ કરી રહ્યા છો. બે-ત્રણ મિનિટનો પ્રયોગ કરીને શવાસન પૂરું કરવું.

શવાસન પૂરું કરવા માટે ધીમેથી આંખો ખોલીશું, ધીમે ધીમે થોડા હાથને, થોડા પગને તે જ જગ્યાએ હલાવવા. પછીથી બંને હાથને માથાની ઉપર લઈ જઈ હાથના આંગળા એકબીજામાં ફસાવી, આળસ દેતા હોઈએ તે રીતે પૂરા શરીરને ખૂબ જ ખેંચવું. ડાબી બાજુ પડખું ફરી અને શરીરને ખેંચો, જમણી બાજુ પડખું ફરી શરીરને ખેંચો અને પછીથી પડખું ફરી બેસવાની સ્થિતિમાં આવવું. થોડીવાર શાંત બેસવું.

શવાસન દરમ્યાન શરીરનાં દરેક તંત્રો ખૂબ જ રિલેક્ષ થયેલા હોય છે. તેથી શવાસન પૂરું કરવામાં ખાસ ધ્યાન રાખવું. શરીરને જર્ક લાગે તેવી કોઈ હિલચાલ ન કરવી. ખૂબ જ ધીમે ધીમે શવાસનમાંથી બહાર આવવું. કોઈ પણ જાતનો જર્ક, ઝડપ નુકસાન કરી શકે. રિલેક્ષ..... રિલેક્ષ.....

૪૭. સૂર્યનમસ્કાર

સૂર્યનમસ્કાર બાર આસનનો સમૂહ જ છે. આપણી ભારતીય સંસ્કૃતિમાં સૂર્યને દેવની ઉપમા આપેલી છે. ભારતને ઊગતા સૂર્યનો લાભ મળે છે એટલો બીજા કોઈ દેશમાં લગભગ લાભ નથી મળતો. આપણા જ દેશની એક વ્યક્તિ હિરાભાઈ જે ૧૯૯૫થી જમતા નથી અને તેઓએ સૂર્યદર્શનની એક થેરાપી પણ આપેલી છે. તેમના કહેવા પ્રમાણે વ્યક્તિ એક વર્ષ રોજ ૧૦ સેકન્ડથી શરૂ કરી દસ દસ સેકન્ડ રોજ વધારી ૪૫ મિનિટ સુધી સૂર્યદર્શનમાં પહોંચે, તો લગભગ રોગો મટી જાય છે. પછીથી એક વર્ષ રોજ એક કલાક ધરતી ઉપર ખુલ્લા પગે ચાલે તો તેને પછીથી જમવાની જરૂર નથી રહેતી. તેમના કહેવા મુજબ આપણને ભોજનની જરૂર નથી, ઊર્જાની જરૂર હોય છે જે ઊર્જા આપણે ખોરાક દ્વારા, અનાજ દ્વારા મેળવીએ છીએ તેમાં પણ ઊર્જા તો સૂર્યની જ છે. તો પછી આપણે સીધા જ આપણી આંખ વડે તે ઊર્જા જો લઈ શકીએ, તો ભોજનની જરૂર રહેતી નથી.

સૂર્યનમસ્કાર સંપૂર્ણ વ્યાયામ તરીકે સ્વીકારાયેલો છે. નાના બાળકથી લઈ દરેક ઉંમરના લાભ લઈ શકે છે. જો નિયમિત સૂર્યનમસ્કાર કરવામાં આવે તો ઘણા બધા રોગોને અને ઉંમરને પાછી ઠેલી શકાય છે. આજ કાલ ૪૦-૪૫ વર્ષની ઉંમરની વ્યક્તિ વૃદ્ધ થઈ જાય છે. અનેક રોગોનો શિકાર થઈ જાય છે. તે જો નિયમિત સૂર્યનમસ્કાર કરે તો ચમત્કારિક ફાયદો થઈ શકે છે.

સૂર્યનમસ્કારની ૧૨ સ્થિતિ છે. સૂર્ય ભગવાનના ૧૨ મંત્રો પણ છે, જો મંત્રોચ્ચારથી સૂર્ય નમસ્કાર કરવામાં આવે તો મંત્રથી થતા લાભ પણ મળે છે. મંત્રનું પણ વિજ્ઞાન છે. દરેક મંત્રની શરીરના કોઈ ને કોઈ તંત્ર ઉપર ખૂબ સુંદર અસર હોય છે. મંત્રના ઉચ્ચારથી મન અને શરીર પર ખૂબ ઊંડી અસર થાય છે. દરેક મંત્ર અમુક ધ્વનિ-તરંગો પેદા કરે છે અને તે તરંગોની અસર મન પર ખૂબ થાય છે. આસનોની શરૂઆતમાં સૂર્યનમસ્કાર કરવાથી આસનો સારી રીતે થાય છે.

(૧) બંને હાથથી નમસ્કાર કરવા, બંને પગ ભેગા રાખવા અને સીધા ઊભું રહેવું. નમસ્કારની સ્થિતિ ચિત્રમાં દર્શાવેલ તે પ્રમાણે કરવી.

(૨) બંને હાથને આગળ લઈ ઉપરની તરફ ઊંચકીને પાછળની તરફ લઈ જવા. કમરને પાછળની તરફ ઝુકાવવી. બંને હાથ અલગ પણ કરી શકાય અને નમસ્કારની સ્થિતિમાં પણ રાખી શકાય.

(૩) પાછળ લીધેલા હાથને આગળ લાવી પીઠથી નીચેની તરફ ઝૂકવું. બંને હાથને પગની આજુબાજુ જમીન પર મૂકી દેવા. કપાળ ગોઠણને અડાડવા પ્રયત્ન કરવો. બંને પગના ગોઠણ સીધા રાખવા.

(૪) હવે ડાબા પગને પાછળ લઈ જવો. ડાબા પગના ગોઠણને જમીન પર લગાવો. જમણા પગનો ગોઠણ છાતી પાસે પીઠને અંદરની તરફ દબાવો. ચહેરાને ઉપરની તરફ ઊંચકો.

(૫) હવે જમણા પગને પાછળ ડાબા પગ પાસે લઈ જવો. નિતંબને, કમરને ઉપરની તરફ ઉઠાવો. ગરદન ઢીલી કરી ચહેરાને થોડો અંદર લેવો. પગ ગોઠણમાંથી સીધા રાખવા. હાથ પણ કોણીમાંથી સીધા રાખવા. પગની એડીઓને, પંજાને જમીન સાથે લગાવવા પ્રયત્ન કરવો.

(૬) હવે પહેલા બંને પગના ગોઠણ જમીન પર મૂકો. પછી છાતી અને પછી દાઢીને જમીન પર મૂકો. પેટ અને નિતંબને જમીનથી થોડા ઊંચકાયેલા રાખવા.

(૭) હવે હાથની હથેળીઓ પર વજન દેતા હાથને કોણીમાંથી સીધા કરતા જાવ, માથું, ચહેરો અને છાતીને ઊંચકતા જાવ.

(૮) આઠમું સ્ટેપ તે પાંચમા સ્ટેપની સ્થિતિ છે.

(૯) નવમું સ્ટેપ ડાબો પગ આગળ બે હાથની વચ્ચે લાવો.

(૧૦) દસમું સ્ટેપ તે ત્રીજા સ્ટેપની સ્થિતિ છે.

(૧૧) અગિયારમું સ્ટેપ તે બીજા સ્ટેપની સ્થિતિ છે.

(૧૨) બારમું સ્ટેપ તે પહેલા સ્ટેપની સ્થિતિ છે.

લાભ : શરીર પરની વધારાની ચરબી દૂર થાય. પેટની અંદરના અવયવોની કાર્યક્ષમતા ખૂબ વધે. પેટને લગતી તકલીફો, ગૅસ, એસિડીટી, ખાધેલું પાચન ન થવું. કબજિયાત, પેટ ભારે રહેવું, ભૂખ ન લાગવી, વારંવાર ઓડકાર આવવા વગેરે તકલીફો મટે. કરોડરજ્જુ લચીલી અને મજબૂત બને. શરીરમાં લોહીનું પરિભ્રમણ વધે, સ્ફૂર્તિ વધે, આળસ દૂર થાય. શરીરની માંસપેશીઓમાં લચક વધે. કરોડરજ્જુના મુખ્ય સ્નાયુઓની કાર્યક્ષમતા ખૂબ વધે. શરીરના બધાં જ તંત્રો ઉપર ખૂબ પ્રભાવ પડે છે. શારીરિક અને માનસિક સંતુલન આવી જાય છે, જે ખૂબ મોટો લાભ કહી શકાય. જે લોકોને ખરેખર સ્વસ્થ થવું છે, જીવનને રોગ રહિત માણવું છે તેઓએ વહેલી તકે સૂર્યનમસ્કારનો અભ્યાસ ચાલુ કરી દેવો.

ખાસ : કોઈ કોઈ ગ્રંથોમાં પાંચમું સ્ટેપ જે આ પુસ્તકમાં પર્વતાસન છે તેની જગ્યાએ દંડાસન પણ કહેલું છે. એટલે કે હાથ ખભાથી પંજા સુધીનો ભાગ સીધો રાખી શરીરને ઉપરથી નીચેની તરફ ઢળતું રાખવું. શરીરનું વજન હાથના બાવડા ઉપર રહે તે રીતે પણ કરી શકાય. બંને રીત સાચી જ છે.

સૂર્યનમસ્કારના બાર મંત્રો, આસનોનાં નામ અને સ્થિતિ

(૧) ૐ મિત્રાય નમઃ - પ્રણામાસન

(૩) ૐ સૂર્યાય નમઃ - પાદ હસ્તાસન

(૨) ૐ રવયે નમઃ
- હસ્ત ઉતાનાસન

(૪) ૐ ભાનવે નમઃ - અશ્વ
સંચાલનાસન

(૫) ૐ ખગાય નમઃ - પર્વતાસન (સુમેરુ આસન)

(૬) ૐ પુષ્ણે નમઃ - અષ્ટાંગ નમસ્કાર

(૭) ૐ હિરણ્યગર્ભાય નમઃ - ભૂજંગાસન

(૮) ૐ મરીચયે નમઃ - પર્વતાસન

ब्रह्मचर्यप्रतिष्ठायां वीर्यलाभः ॥ ૩૮ ॥

(૯) ૐ આદિત્યાય નમ: - અશ્વ સંચાલનાસન

(૧૦) ૐ સવિત્રે નમ: - પાદહસ્તાસન

(૧૧) ૐ અર્કાય નમ: - હસ્તઉતાનાસન

(૧૨) ૐ ભાસ્કરાય નમ: - પ્રણામાસન

૪૮. ચંદ્રનમસ્કાર

સૂર્યનમસ્કારમાં ચોથું અને નવમું સ્ટેપ જે અશ્વ સંચાલનાસન છે તેની જગ્યાએ અર્ધચંદ્રાસન કરીને ચંદ્રનમસ્કાર કરી શકાય જે અહીં ચિત્રમાં બતાવેલ છે.

शौचात् त्वाङ्गजुगुप्सा परैरसंसर्गः ॥ ४० ॥

૪૯. પ્રાણાયામ

આપણું જીવન શ્વાસ ઉપર આધારિત છે. શ્વાસ બગડવાથી જીવન બગડે છે. શરીર અનેક રોગોનું ઘર બને છે. અનિયમિત શ્વાસ, રોકાઈ રોકાઈને લેવાતો શ્વાસ, ભારે શ્વાસ, શ્વાસ લયબદ્ધ ન હોવો, ટૂંકા શ્વાસ લેવા, તે ઘણા બધા રોગોને આમંત્રણ આપે છે. ફક્ત શ્વાસને ઠીક કરવાથી, લયબદ્ધ કરવાથી અને નિયંત્રિત કરવાથી સ્વાસ્થ્ય સુધરી શકે છે અને સારું આરોગ્ય પ્રાપ્ત કરી શકાય છે. પ્રાણાયામના અભ્યાસથી આપણે શ્વાસને લયબદ્ધ, શ્વાસ પ્રશ્વાસની ગતિને વિચ્છેદ કરીને, શ્વાસની બચત કરીને સ્વસ્થ ઉંમર વધારી શકીએ. પ્રાણાયામના અભ્યાસથી પ્રાણ ઉપર નિયંત્રણ આવવા લાગે છે. પ્રાણના નિયંત્રણથી મન પર નિયંત્રણ આવવા લાગે છે. મન ઉપર કાબૂ એટલે જીવન પર કાબૂ. પ્રાણાયામ એટલે પ્રાણ ઉપર નિયંત્રણ.

આપણા શરીરમાં જે વિવિધ તંત્રોનું નિયમન થાય છે તે પ્રાણશક્તિ દ્વારા જ થાય છે. પ્રાણાયામ દ્વારા ઇંદ્રિયોના દોષો દૂર થાય છે. પ્રાણ અને મનનો પરસ્પર ઘનિષ્ઠ સંબંધ છે. પ્રાણનું નિયમન કરવાથી મનનું નિયમન થવા લાગે છે. મનની ચંચળતા ઉપર કાબૂ મેળવવા માટે પ્રાણાયામ ખૂબ મદદ કરે છે. યોગસાધનાના મુખ્ય બે વિભાગ છે. એક બહિરંગયોગ અને બીજું અંતરંગયોગ. બહિરંગયોગમાં પ્રાણાયામને ખૂબ જ મહત્ત્વ આપેલું છે. પ્રાણાયામ કરતી વખતે શરીરના નાજુક અંગો સાથે કામ કરવાનું હોય છે. ફેફસાં, હૃદય અને મગજ જેવા નાજુક અવયવો સાથે કામ કરવાનું હોય છે. પ્રાણાયામને અગ્નિ જેવો કહ્યો છે. અગ્નિ પાવક પણ છે અને દાહક પણ છે તેથી પ્રાણાયામ યોગ્ય માર્ગદર્શન, યોગ્ય પદ્ધતિ જાણીને કરવા જોઈએ. હઠયોગની ધારણા મુજબ આપણા શરીરમાં કુંડલિની શક્તિ સુષુપ્ત અવસ્થામાં રહેલ છે. પ્રાણાયામના અભ્યાસથી પ્રાણ સ્વરૂપે સુષુપ્ત શક્તિ જાગૃત થઈ શકે છે.

ચલે વાતે ચલં ચિત્તં નિશ્ચલે નિશ્ચલં ભવેત્ ।

યોગી સ્થાણુત્વમાપ્નોતિ તતો વાયું નિરોધયેત ॥

અર્થ : વાયુની ગતિથી ચિત્તમાં ગતિ ઉત્પન્ન થાય છે. વાયુ નિશ્ચલં થતા ચિત્ત નિશ્ચલ થાય છે અને તેનાથી યોગી સ્થિરતા પામે છે તેથી વાયુનો નિરોધ કરવો.

નિયમિત પ્રાણાયામના અભ્યાસથી અનેક પ્રકારના રોગો દૂર થાય છે જેવા કે હાઇ બ્લડ-પ્રેશર, ડાયાબિટીસ, અસ્થમા, શ્વસનતંત્રને લગતા અન્ય રોગો, ચામડીના રોગો, પેટના લગભગ બધા જ રોગો, ગૅસ, એસિડીટી, ખાધેલું પાચન ન થવું, નપુંસકતા, કાયમી માથું દુ:ખવું, શરદી, સળેખમ, સ્ત્રીઓના માસિક વિકારો, માનસિક રોગો, ડિપ્રેશન,

અનિદ્રા, સતત વિચારો આવવા, ડર લાગવો, ચિંતા થવી, એકાગ્રતાનો અભાવ, હૃદયની અલગ અલગ તકલીફો, કૅન્સર આ અને બીજા અનેક રોગો ઉપર પ્રાણાયામનો ખૂબ જ પ્રભાવ છે.

પ્રાણાયામ શ્વાસોચ્છ્વાસની કસરત નથી જ. પ્રાણાયામ અને શ્વાસની કસરતોમાં ખૂબ જ અંતર છે. પ્રાણાયામના અભ્યાસથી શરીર-મનને ખૂબ લાભ થાય છે. પ્રાણાયામથી કોઈ ચમત્કારિક શક્તિ મળી જાય તેવું વિચારવું નહિ. પ્રાણાયામ આધ્યાત્મિક ઉન્નતિ માટેનું ખૂબ મોટું શસ્ત્ર છે.

આપણું શરીર પંચકોષીય છે. (૧) અન્નમય કોષ (૨) પ્રાણમય કોષ (૩) મનોમય કોષ (૪) વિજ્ઞાનમય કોષ (૫) આનંદમય કોષ

અન્નમય કોષ એટલે કે સ્થૂળ શરીર. સ્થૂળ શરીરના સ્વાસ્થ્યનો આધાર પ્રાણમય કોષ છે. આપણો પ્રાણમય કોષ બગડવાથી જ અનેક પ્રકારના રોગો થાય છે. જો વ્યવસ્થિત સમજીને પ્રાણાયામનો અભ્યાસ કરવામાં આવે તો અનેક રોગો મટી જાય છે. પ્રાણાયામના અનેક પ્રકારો છે. દરેક પ્રકારની એક ચોક્કસ રીત હોય છે. તેને સમજીને કરવામાં આવે તો ખૂબ સારાં પરિણામો મળે છે.

પ્રાણાયામમાં મુખ્ય ત્રણ ક્રિયા છે.

(૧) પૂરક, એટલે કે શ્વાસને લેવો.

(૨) કુંભક, એટલે કે શ્વાસને રોકવો.

(૩) રેચક, એટલે કે શ્વાસને છોડવો.

પરંતુ ફક્ત શ્વાસ લેવાથી, રોકવાથી કે છોડવાથી પ્રાણાયામ નથી થઈ જતો. પ્રાણાયામના અભ્યાસ વખતે તમારું લક્ષ્ય આધ્યાત્મિક ઉન્નતિ હોવું જોઈએ. પ્રાણનું સંયમ, પ્રાણનું નિયમન, પ્રાણની ઊર્ધ્વગતિ તરફ તમારું લક્ષ્ય હોવું જોઈએ. સતત તમારું મન પ્રાણાયામની ક્રિયામાં જ રહે તે ખૂબ જરૂરી છે. પ્રાણાયામના અમુક આવર્તનો કરવા જ જોઈએ તો જ તેની અસર થાય છે.

પ્રાણ, શરીર + મન અને ચિત્તને જોડનારી સાંકળ છે. જો પ્રાણને તમે કંટ્રોલ કરી શકો તો મન – ચિત્તને કંટ્રોલ કરવું સરળ છે.

સ્થૂળ રૂપથી આપણો શ્વાસ શરીરમાં રહેલા પ્રાણ સાથે સંકળાયેલો છે. શ્વાસ આપણા અંતઃજગત અને બાહ્યજગત સાથે જોડાયેલો છે. શ્વાસ એક એવું માધ્યમ છે. જેના દ્વારા તમે તમારા અંતઃકેન્દ્ર સાથે જોડાઈ શકો છો. આપણે ખૂબ આગળ જોયું કે તમારી અંદર કોઈ કેન્દ્ર નહિ હોય અથવા તમે અંદર કોઈ કેન્દ્ર નહિ બનાવો તો તમે ભટકતા

જ રહેશો અને જીવનના અંત સુધી તમે શાંતિને અથવા જીવનના રહસ્યને નહિ પામી શકો.

પ્રાણાયામથી તમે પહેલા શ્વાસનો સંયમ કરી શકો છો અને શ્વાસના સંયમ દ્વારા તમે પ્રાણનો સંયમ કરી શકો છો અને તે સંયમ તમને ચિત્તની વૃત્તિઓના સંયમમાં મદદ કરે છે. આ નાની એવી લાગતી વાત કેટલી મહત્ત્વની છે.

આપણા શરીરમાં કુંડલિની શક્તિ પ્રાણ સ્વરૂપે જ રહેલી છે અને પ્રાણાયામના અભ્યાસથી આ સુષુપ્ત શક્તિને જગાડી શકાય છે. પ્રાણાયામમાં ત્રણ ક્રિયા (૧) પૂરક (૨) કુંભક અને (૩) રેચક. શરૂઆતમાં સાધકે ફક્ત પૂરક અને રેચકનો જ અભ્યાસ કરવો જોઈએ. લાંબા સમયના પૂરક રેચકના અભ્યાસ બાદ યોગ્ય જાણકાર વ્યક્તિના માર્ગદર્શન નીચે જ કુંભકનો અભ્યાસ કરવો જોઈએ. કુંભકના અભ્યાસમાં ત્રિબંધ (૧) મૂલબંધ (૨) ઉડ્ડીયાનબંધ (૩) જાલંધરબંધ ખાસ કરવા જોઈએ.

પૂરક, કુંભક અને રેચકના સમયનું એક ચોક્કસ પ્રમાણ હોય છે તે પ્રમાણ એકધારું જળવાઈ રહેવું જોઈએ. પ્રાણાયામના અભ્યાસ દરમિયાન તમારું મન ક્રિયામાં રહે તે ખૂબ જરૂરી છે. શ્વાસ અંદર ભરો, શ્વાસ બહાર છોડો. તેનો સ્પર્શ નાકની અંદરના ભાગે અનુભવવો જોઈએ. પ્રાણાયામને શ્વાસોચ્છ્વાસની કસરત ન બનાવવી જોઈએ તે ખાસ ધ્યાનમાં રહે, કારણ કે શ્વાસોચ્છ્વાસની કસરતથી શારીરિક સ્વાસ્થ્યમાં ફાયદો ચોક્કસ થાય પણ પ્રાણાયામનો જે આધ્યાત્મિક ફાયદો થાય તે શ્વાસોચ્છ્વાસની કસરતથી ન થાય. પ્રાણાયામ એક એ રસ્તો છે, જેનું અંતિમ લક્ષ્ય સમાધિ છે. પ્રાણાયામ સાધના છે. પ્રાણાયામ પ્રાણ ઉપરનો આયામ છે, પ્રાણ ઉપરનો કંટ્રોલ છે, પ્રાણનો વિસ્તાર છે. જે સુષુપ્ત શક્તિઓને જગાડવાની કલા છે એટલે શ્વાસોચ્છ્વાસની કસરત પ્રાણાયામ જોડે ન સરખાવી શકાય કારણ બંનેના લક્ષ્ય અલગ અલગ છે.

કુંડલિનીનું જાગરણ એ હઠયોગની મહત્ત્વની ક્રિયા છે અને કુંડલિનીના જાગરણમાં પ્રાણાયામનો ખૂબ મહત્ત્વનો ભાગ છે. સૌથી મહત્ત્વની ક્રિયા પ્રાણાયામ છે. કુંડલિનીનું જાગરણ છેલ્લે સમાધિમાં બદલાય છે. આપણા શરીરની નસ-નાડીઓમાં જ્યાં સુધી મળ (કચરો) હોય ત્યાં સુધી સાધનાના ક્ષેત્રમાં આપણો પ્રવેશ શક્ય નથી એટલે કે નાડીઓનું શોધન કર્યા વગર જો કોઈ વ્યક્તિ સાધનાના પથ ઉપર છલાંગ લગાવવાની કોશિશ કરે તો તે કદાચ રોગોનો ભોગ બની શકે છે. તેનું ચિત્તભ્રમ પણ થઈ શકે છે અને તેથી જ યોગના માન્ય ગ્રંથોમાં આ નાડીઓને શુદ્ધ કરવા માટે જ નાડીશોધન નામનો એક પ્રાણાયામનો પ્રકાર પણ બતાવેલ છે. શુદ્ધિ ક્રિયાઓ, આસન અને નાડીશોધનના અભ્યાસથી શરીરની નસ-નાડીઓમાં રહેલો કચરો દૂર થાય છે અને તેથી જ આસન-પ્રાણાયામથી આ કચરો દૂર થતાં જ અનેક પ્રકારના રોગો તેની મેળે જ મટવા લાગે છે.

કાયેન્દ્રિયસિદ્ધિરશુદ્ધિક્ષયાત્તપસ: ॥ ૪૩ ॥

આપણા મનમાં સતત વિચારો ચાલતા હોય છે. હવે આ વિચારો આપણને અનેક રીતે પરેશાન કરતા હોય છે. ઘણા બધા રોગનું કારણ આપણું મન, આપણા વિચારો છે તે આજકાલ મેડિકલ વિજ્ઞાને પણ કબૂલ્યું છે. ઘણા બધા રોગો (સાયકોસોમેટિક) મનના છે. હવે આજ મન, વિચારો આપણને સાધનાના રસ્તા ઉપર પણ આગળ વધવા દેતા નથી. હવે જો આ વિચારોને બંધ કરવા હશે અથવા ઓછા કરવા હશે તો પ્રાણાયામ ખૂબ મદદરૂપ બની શકે છે. કારણ કે વિચારો શ્વાસને બદલે છે, શ્વાસને બગાડે છે. હવે જો વિચારોની અસર શ્વાસ પર હોય, તો શ્વાસની અસર પણ વિચારો પર હોવી જ જોઈએ. કારણ કે તે એક જ સિક્કાની બે બાજુ છે. તો જો પ્રાણાયામ દ્વારા આપણે શ્વાસ પર નિયંત્રણ લાવીએ. કારણ પ્રાણાયામ એટલે શ્વાસ-પ્રશ્વાસની ગતિ વિચ્છેદ જ છે. એક ચોક્કસ રિધમથી શ્વાસ-પ્રશ્વાસ ચલાવવાનો છે અને જો શ્વાસ રિધમથી ચાલવા લાગે, નિયંત્રણમાં આવવા લાગે તો મન, વિચારો પણ નિયંત્રણમાં આવવા જ લાગે અને મન નિયંત્રણમાં આવશે તો શારીરિક, માનસિક સ્વાસ્થ્ય પણ સારુ રહેશે અને આધ્યાત્મિક પથ, સાધનાપથ ઉપર પ્રગતિ પણ થશે જ. આ બધા માટે પણ પ્રાણાયામ એક અદ્ભુત શસ્ત્ર છે. કામ, ક્રોધ, લોભ, મોહ, મદ, મત્સર આ ષડ્‌રિપુ છે. આપણા વેદો, ઉપનિષદો, સંતો, મહંતો એ પણ આ છને મનુષ્ય જાતિના મોટા શત્રુ કહેલા છે. આ શત્રુ વ્યક્તિને અનેક રીતે પરેશાન કરે છે. વ્યક્તિના જીવનને છિન્નભિન્ન કરી નાખે છે. સાધનાના પથ ઉપર અને આમ જીવનના પથ ઉપર પણ આ છ શત્રુઓ મોટા દુશ્મન બનીને આવી શકે છે. પ્રાણાયામ જ એક એવું શસ્ત્ર છે જે આ શત્રુઓને વેરણ-છેરણ કરી શકે છે. શત્રુઓને હરાવી શકે તેટલી તાકાત આ પ્રાણાયામમાં છે.

અંત્ર:સ્રાવી ગ્રંથિઓ ઉપર પણ પ્રાણાયામનો ખૂબ પ્રભાવ છે અને આ ગ્રંથિઓના સ્રાવનો આપણા સ્વાસ્થ્ય પર જ ખૂબ પ્રભાવ પડે છે. પ્રાણાયામના અભ્યાસથી દરેક ગ્રંથિ તેનું કાર્ય સુચારુ રીતે કરવા લાગે છે. પ્રાણાયામથી શ્વસનતંત્રની કાર્યક્ષમતા અનેક ગણી વધી જાય છે. શ્વસનતંત્ર વધારે ઑક્સિજન લઈ શકવાને સક્ષમ બની જાય છે. પ્રાણાયામમાં શ્વાસ લેવાની અને છોડવાની ક્રિયામાં સામાન્ય શ્વાસ કરતા વધુ સમય લાગે છે. તેથી ફેફસાને સારો મસાજ મળે છે અને ફેફસાની કાર્યક્ષમતા વધી જાય છે. ડાયાફ્રામ (ઉદરપટલ) અને છાતીના સ્નાયુઓ વધુ શક્તિશાળી બને છે. નિયમિત પ્રાણાયામનો અભ્યાસ કરવામાં આવે તો શ્વાસ યોગ્ય લયબદ્ધ રીતે લેવાની એક આદત પડતી જાય છે. તે આદત શારીરિક અને માનસિક સ્વાસ્થ્ય માટે ખૂબ સારી છે. પ્રાણાયામના અભ્યાસથી ફેફસાની ક્ષમતા વધે છે. ફેફસાની ક્ષમતા વધવાથી પૂરક (શ્વાસ લેવાની ક્ષમતા) વધે છે અને રેચક (શ્વાસ છોડવાની ક્ષમતા) પણ વધે છે અને તેને હિસાબે કાર્બન ડાયોક્સાઇડ વાયુ વધુ પ્રમાણમાં બહાર કાઢી શકાય છે. હૃદયને પણ સારો મસાજ મળે છે. તેની કાર્યક્ષમતા વધે છે.

પ્રાણાયામના અભ્યાસીઓ માટે સૂચનો :

(૧)   અભ્યાસ માટેનું સ્થળ સ્વચ્છ હવાની અવરજવરવાળું હોવું જોઈએ. હવાની સીધી લહેર ન લાગે તેવું હોવું જોઈએ.

(૨)   પાથરવાનું આસન, સ્વચ્છ અને જાડું હોવું જોઈએ. ઊનના આસન પર અભ્યાસ કરવો ઉત્તમ, અને આ આસનનો ઉપયોગ તમે ફક્ત પ્રાણાયામના અભ્યાસમાં જ કરો તે વધારે યોગ્ય છે.

(૩)   પ્રાણાયામનો અભ્યાસ પ્રાત:કાળ અથવા સાયંકાળ એટલે કે વહેલી સવારે અથવા સાંજે કરવો જોઈએ.

(૪)   અમુક પ્રાણાયામ ગરમ છે, અમુક ઠંડા છે તેથી સાધકે પોતાની પ્રકૃતિને ધ્યાનમાં રાખી અભ્યાસ કરવો જોઈએ. જેમ કે પિત્ત પ્રકૃતિવાળાઓએ સૂર્યભેદન કે ભસ્ત્રિકા પ્રાણાયામ ન કરવા જોઈએ. શીતલી અને સિત્કારી પ્રાણાયામ ઠંડા છે, તેથી કફ પ્રકૃતિવાળાઓએ ન કરવા જોઈએ.

(૫)   ખાલી પેટે અભ્યાસ કરવો જોઈએ. અભ્યાસ વખતે શરીર અને મન શાંત હોવા જોઈએ.

(૬)   સામાન્યત: પ્રાણાયામનો અભ્યાસ આસન પછી અને ધ્યાનની પહેલા કરવો જોઈએ.

(૭)   પ્રાણાયામમાં પૂરક, કુંભક અને રેચક. (પૂરક એટલે શ્વાસ લેવો, કુંભક એટલે શ્વાસ રોકવો અને રેચક એટલે શ્વાસ છોડવો.) કુંભક બે પ્રકારના છે. એક આંતરકુંભક એટલે શ્વાસ અંદર લઈને રોકવામાં આવે છે તે અને બીજો બાહ્ય કુંભક એટલે કે શ્વાસ બહાર છોડીને રોકવામાં આવે છે તે.

શરૂઆતમાં સાધકે ફક્ત પૂરક અને રેચકનો અભ્યાસ કરવો જોઈએ. અમુક સમયના અભ્યાસ પછી ત્રણ બંધ સાથે આંતરકુંભક કરવો જોઈએ. આંતરકુંભકના અભ્યાસ પછી બાહ્યકુંભકનો અભ્યાસ કરવો જોઈએ. ક્યારેય પણ જોર જબરજસ્તી કરીને શ્વાસ ન લેવો જોઈએ ન રોકવો જોઈએ કે ન કાઢવો જોઈએ. પૂરક અને રેચકનો પ્રવાહ એકધારો જ હોવો જોઈએ. કુંભકમાં પણ જબરજસ્તીપૂર્વક શ્વાસને અંદર રોકવો ન જોઈએ. પૂરક કરતા કુંભક ચાર ગણો અને રેચક બે ગણો કરવાનો હોય છે. પણ તે નવા અભ્યાસીઓ માટે નથી જ. સમયની ગણતરી કરવા કોઈ પણ મંત્રનો (ૐકાર, કોઈ ગુરુમંત્ર) જાપ કરી શકાય. અભ્યાસમાં કોઈ પ્રકારની ઉતાવળ ક્યારેય ન કરવી જોઈએ. પ્રાણાયામના અભ્યાસ માટે ફક્ત જમણા હાથનો જ ઉપયોગ કરવો જોઈએ.

પરંપરા મુજબ આગળની બે આંગળીઓ બંધ કરી પાછળની બે આંગળીઓ ડાબા નસકોરા માટે અને અંગૂઠો જમણા નસકોરા માટે ઉપયોગમાં લેવો. પ્રાણાયામનો અભ્યાસ ફક્ત પુસ્તકો વાંચીને ન કરવો જોઈએ. યોગ્ય વ્યક્તિ પાસેથી પહેલા તેને શીખવો જોઈએ. પછીથી જ આગળ અભ્યાસ માટે પુસ્તકોની મદદ લઈ શકાય. પ્રાણાયામ યોગનું ચોથું અંગ છે. તેથી સીધો જ પ્રાણયામનો અભ્યાસ ન કરવો જોઈએ. પહેલા આસનો કરવા જોઈએ. કારણ આસનના અભ્યાસથી જ શરીરમાં સ્થિરતા આવે છે અને તમે સીધા બેસી શકો છો. પ્રાણાયામનો અભ્યાસ સીધા બેસીને જ કરવાથી લાભ પૂરતો થાય છે. પદ્માસન, સિદ્ધાસન, સ્વસ્તિકાસન, સમાસન આ ચાર આસનો ધ્યાન માટેના શ્રેષ્ઠ છે. તેથી આસનોના પૂરતા અભ્યાસ પછી જ પ્રાણાયામનો અભ્યાસ કરવો જોઈએ. પ્રાણાયામના અભ્યાસ પહેલાં નાડી શોધન થવું જરૂરી છે. કારણ કે નાડીઓમાં મળ – કચરો હોય તો પ્રાણાયામનો લાભ મળતો નથી. નાડીશોધન, યોગની શુદ્ધિક્રિયાઓ, આસનો અને નાડીશોધન પ્રાણાયામથી થાય છે. કપાલભાતિ પછીથી પ્રાણાયામનો અભ્યાસ કરવામાં આવે તો ઉત્તમ કારણ કપાલભાતિ શુદ્ધિક્રિયા છે. યોગમાં છ પ્રકારની શુદ્ધિ ક્રિયાઓ છે. (૧) નેતિ (૨) ધૌતિ (૩) બસ્તિ (૪) ત્રાટક (૫) કપાલભાતિ (૬) નૌલિ-જેની. ચર્ચા આપણે આગળના પ્રકરણમાં કરીશું.

પ્રાણાયામના પ્રકાર

૧. અનુલોમ વિલોમ (નાડીશોધન)

પદ્માસન, સિદ્ધાસનમાં બેસવું ન બેસી શકાય તો સુખાસનમાં બેસવું. જમણા હાથની પ્રણવમુદ્રા બનાવો. આગળની બે આંગળી બંધ. પાછળની બે આંગળીઓ ખુલ્લી રાખવી. શ્વાસ બહાર કાઢીને અંગૂઠાથી જમણું નસકોરું બંધ કરી, ડાબા નસકોરાથી શ્વાસ અંદર ભરવો. જાલંધર બંધ કરી કુંભક કરો. કુંભક કરવા પાછળની બે આંગળીઓથી ડાબું નસકોરું બંધ કરવું પછી જાલંધર બંધ છોડી પાછળની બે આંગળીઓથી ડાબું નસકોરું બંધ જ રાખી જમણા નસકોરા પરથી અંગૂઠો લઈ લેવો અને જમણાથી શ્વાસને બહાર કાઢવો. પછી જમણાથી જ શ્વાસને અંદર ભરવો. ત્યારબાદ જાલંધર બંધ કરી કુંભક કરવો. પછી ડાબા નસકોરાથી શ્વાસને બહાર કાઢવો. આ અનુલોમ વિલોમ પ્રાણાયામનું એક આવર્તન થયું કહેવાય.

લાભ : ધ્યાન, પ્રાણાયામના ઉચ્ચ અભ્યાસ માટે આ પ્રકાર અનિવાર્ય સમજવો. મનને શાંત કરે છે, નાડીઓના અવરોધો દૂર થાય છે. ત્રણ મહિના સુધી રેગ્યુલર આ કરવાથી શરીરમાં હલકાપણું આવે છે. જઠરાગ્નિ તેજ કરે છે. મોઢું તેજસ્વી થાય છે. ફેફસાની કાર્યક્ષમતા ખૂબ વધે છે. ઈડા અને પિંગળા એટલે ડાબું અને જમણું એટલે સૂર્ય અને ચંદ્ર એટલે પુરુષ અને પ્રકૃતિમાં સંતુલન આવી જાય છે. ઑક્સિજન વધારે મળવાથી બધા જ અવયવોની કાર્યક્ષામતા ખૂબ વધે છે. કાર્બનડાયોક્સાઇડ પૂરતા પ્રમાણમાં બહાર ફેંકાવાથી શરીર સ્વસ્થ થવા લાગે છે. દમ, અસ્થમા, ખાંસી, શરદી-સળેખમ મટે છે.

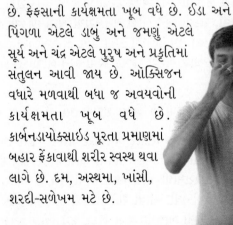

૨. ભસ્ત્રિકા

સંસ્કૃતમાં ધમણને ભસ્ત્રિકા કહે છે. લુહારની ધમણની જેમ વેગપૂર્વક શ્વાસને બહાર કાઢવો અને લેવો. આ પ્રાણાયામ વિશે થોડી થોડી ભિન્નતા છે.

પદ્માસન કે સિદ્ધાસનમાં બેસવું. પીઠ ગરદન સીધા જ રાખવા. શરૂઆત રેચકથી કરવી. પ્રયત્નપૂર્વક, સક્રિય અને ઝડપથી રેચક અને પૂરક કરવા. શરૂઆત દસ સ્ટ્રોકથી કરવી. પછીથી ધીમે ધીમે સ્ટ્રોક વધારતા જવા. એક મિનિટના ૧૨૦ સ્ટ્રોક સુધી પહોંચવું. આગળ જતા ૨૦૦ સ્ટ્રોક સુધી પહોંચી શકાય છે, પણ તે ખૂબ અભ્યાસ પછી. શરૂઆતમાં તો દસ સ્ટ્રોકથી પચીસ સ્ટ્રોક કરવા.

બીજી રીતમાં જમણા હાથના અંગૂઠાથી જમણું નસકોરું બંધ કરી. ડાબા નસકોરાથી વેગપૂર્વક શ્વાસ લેવો અને વેગપૂર્વક છોડવો. આ ક્રિયા પછી જમણા નસકોરાને બંધ જ રાખીને ડાબા નસકોરાથી શ્વાસ અંદર લેવો. પછી જાલંધર બંધ કરી કુંભક કરવો. પછી જાલંધરબંધ છોડી જમણા નસકોરાથી શ્વાસ છોડવો. પછી જમણા નસકોરાથી જ શ્વાસ ભરવો. જાલંધરબંધ કરી કુંભક કરવો. ડાબા નસકોરાથી શ્વાસ છોડવો. આ એક આવર્તન થયું કહેવાય. એક ભસ્ત્રિકા પ્રાણયામ થયો કહેવાય. આજ પ્રમાણે બીજા નસકોરાથી કરવું.

ત્રીજી રીત એક નસકોરું બંધ કરી ઝડપથી રેચક-પૂરક કરવા પછી જે નસકોરાથી કરેલું હોય તે નસકોરાથી જ શ્વાસ લેવો, રોકવો અને બીજા નસકોરાથી શ્વાસ છોડવો. બીજી વાર અલગ નસકોરાથી એટલે કે પહેલા તમે ડાબાથી કરેલું હોય તો જમણાથી ઝડપથી રેચક પૂરક કરવો પછી જમણાથી જ શ્વાસ ભરવો. કુંભક કરવો અને બીજા નસકોરાથી શ્વાસ છોડવો.

ચોથી રીત આ રીત થોડી અટપટી છે, ઝડપી છે એટલે શરૂઆતમાં તો થશે જ નહિ.

હાથની પ્રાણવમુદ્રા બનાવી અંગૂઠાથી જમણું નસકોરું બંધ કરી ડાબેથી શ્વાસ છોડવો. તુરંત જ ડાબું નસકોરું બંધ કરીને એની મેળે કપાલભાતિમાં શ્વાસ અંદર જાય છે. તે રીતે ડાબું બંધ કરવાથી જમણાં નસકોરામાંથી થોડો શ્વાસ એની મેળે જ અંદર જશે એટલે લેવા માટે કોઈ પ્રયત્ન કરવાનો નથી. આવી રીતે ઝડપથી ડાબી બાજુથી દરેક વખતે શ્વાસ બહાર નીકળશે અને જમણી બાજુથી શ્વાસ અંદર જશે. થોડા સ્ટ્રોક કર્યા પછી ડાબી બાજુથી શ્વાસ ભરવો. કુંભક કરવો. જમણી બાજુથી શ્વાસ બહાર છોડવો. જમણી બાજુથી જ શ્વાસ અંદર લેવો. કુંભક કરવો અને ડાબી બાજુથી શ્વાસ બહાર કાઢવો. આ એક આવર્તન ડાબી બાજુથી થયું. તે જ પ્રમાણે જમણી બાજુથી પણ કરવું.

લાભ : કેવળ આ એક જ પ્રકારના પ્રાણાયામમાં ઘર્ષણયુક્ત શ્વાસ-પ્રશ્વાસની પ્રક્રિયા છે. બીજા કોઈ પ્રકારમાં નથી. લુહાર ધમણની મદદથી અગ્નિ

પ્રજ્વલિત કરે છે. તે જ પ્રમાણે આ પ્રાણાયામથી યોગી નાભિ કમળમાં ઘર્ષણક્રિયાથી અગ્નિ પ્રગટાવે છે અને યોગ સિદ્ધિ મેળવી શકે છે.

આ પ્રાણાયામ કુંડલિની જાગરણમાં ખૂબ જ સહાયરૂપ છે. મૂલાધાર ઉપર આ પ્રાણાયામથી ચોટ વાગે છે અને ત્યાં રહેલી કુંડલિની શક્તિ જાગૃત થવામાં મદદરૂપ બને છે. આ પ્રાણાયામનું સાધનાપથમાં ઘણું મૂલ્ય છે.

આ પ્રાણાયામથી વાત-પિત્ત, કફના વિકારો દૂર થાય છે. ભૂખ વધે છે એટલે કે જઠરાગ્નિ પ્રદીપ્ત થાય છે. પાંચ જ્ઞાનેન્દ્રિયો અને પાંચ કર્મેન્દ્રિયોનું શુદ્ધિકરણ થાય છે. શરદી, ઉધરસ, સળેખમ, ગળાના રોગો તથા કફના રોગો મટે છે. ડાયાબિટીસમાં ખૂબ લાભ થાય છે. શરીરની વધારાની ચરબી દૂર થાય. કિડની અને લીવરની તકલીફોમાં ફાયદો થાય. જેઓને કબજિયાતની તકલીફ હોય તેઓ સૂર્યોદય પહેલા ત્રણથી પાંચ ગ્લાસ પાણી પીને અભ્યાસ કરે તો કબજિયાત દૂર થાય. શ્વસનતંત્રને લગતા રોગો, દમ, અસ્થમા માટે ઉત્તમ, આંખોનું તેજ વધે, ચામડીની ચમક વધે, શરીરમાં સ્ફૂર્તિ વધે, નેગેટિવ વિચારો દૂર થાય, અનિદ્રાની તકલીફ દૂર થાય.

સાવધાની : ટી.બી. (ક્ષય) હોય તેઓ અભ્યાસ ન કરે. હાઈ બ્લડપ્રેશર કે હૃદયની બીમારી હોય તેઓ યોગ્ય જાણકારની સલાહ લઈ કરે.

૩. સૂર્યભેદન

પદ્માસન, સિદ્ધાસનમાં બેસી ડાબું નસકોરું પાછળની બે આંગળી વડે બંધ કરી, જમણા નસકોરાથી શ્વાસ અંદર લેવો. જાલંધરબંધ કરી કુંભક કરવો. પછી ડાબા નસકોરાથી શ્વાસ છોડવો. આ એક આવર્તન સૂર્યભેદનનું કહેવાય. આ જ પ્રમાણે બીજા આવર્તનો કરવાં.

લાભ : વાયુજન્ય રોગો દૂર થાય છે. કૃમિ નાશ થાય છે. કફજન્ય રોગો દૂર થાય છે. ઠંડા પ્રદેશમાં, ઠંડી ઋતુમાં શરીરને ગરમાવો અને ઠંડીને લીધે થતી તકલીફોમાં રાહત થાય. ખૂબ ઠંડી લાગેલી હોય. સૂર્યભેદન કરવાથી ગરમાવો આવી જાય છે. નબળા શરીવાળાઓએ અવશ્ય આ પ્રાણાયામ કરવા. દમ, શરદી, સળેખમ, ખાંસી, કફ દૂર થાય. પાંડુરોગવાળાઓએ આ પ્રાણાયામ અવશ્ય કરવો.

સાવધાની : પિત્ત પ્રકૃતિવાળા આ પ્રાણાયામ ન કરે. ગરમીના દિવસોમાં, ગરમ પ્રદેશોમાં આ પ્રાણાયામનો અભ્યાસ કોઈએ પણ ન કરવો જોઈએ.

૪. શીતલી પ્રાણાયામ

આસનમાં બેસી જીભને અડધાથી પોણો ઈંચ જેટલી બહાર કાઢવી અને બંને તરફથી એવી રીતે વાળવી કે નળી જેવો આકાર થાય. જીભ બંને હોઠો વચ્ચે દબાયેલી રહેશે. અંદર-બહાર બંને બાજુ નળી જેમ જીભ રહેશે. હવે તે નળી જેવા આકાર વચ્ચેથી હવાને અંદર ભરવી એટલે કે પૂરક કરવો. પછી બંને નસકોરાથી શ્વાસ બહાર કાઢવો. આ એક આવર્તન થયું કહેવાય. આ પ્રમાણે વધારે આવર્તનો કરી શકાય. આઠથી દસ આવર્તનો ઓછામાં ઓછા કરવા જોઈએ.

લાભ : જીભ ઉપર આવેલી કોશિકાઓ જાગૃત થાય. મણિપુર ચક્રમાં ચેતના આવે, ભૂખ ઊઘડે, આખા શરીરને ઠંડક આપે છે. લકવામાં લાભ થાય. પિત્તથી થતી તકલીફો, ખાટા ઓડકારો, એસિડિટી મટે, શરીરના ટોક્સીન દૂર થાય. યોગના અભ્યાસમાં ક્યારેક શરીરમાં ગરમી થાય ત્યારે આ પ્રાણાયામનો ઉપયોગ કરવો. ગરમઋતુમાં, ગરમ પ્રદેશમાં અને પિત્તપ્રકૃતિવાળા માટે ઉત્તમ.

સાવધાની : જે રૂમમાં બેસીને અભ્યાસ કરવાનો હોય તે રૂમનું વાતાવરણ સામાન્ય કરતાં થોડું વધુ ઠંડું હોવું જોઈએ. શ્વાસ ભરતી વખતે ઠંડી હવા અંદર જવી જોઈએ, ગરમ નહિ. જો ગરમ હવા અંદર જાય તો વિપરીત અસર થાય છે.

૫. સીત્કારી

ઉપરના અને નીચેના દાંત એકબીજા સાથે મેળવી લો. ઉપરના દાંત નીચેના દાંતથી થોડા આગળ રહેશે. જીભને નીચેના દાંતના મૂળ પાસે લગાવવી. હવે બંને હોઠોને અલગ કરવા. મોઢેથી પૂરક કરો. એટલે કે શ્વાસને ભરો. દાંતોની વચ્ચે જે જગ્યા છે, તેનાથી શ્વાસને અંદર ભરો. શ્વાસ જીભને સ્પર્શ કરતી અંદર જશે. ઠંડકનો અનુભવ થશે. શ્વાસ ભરી લીધા પછી જાલંધરબંધ લગાવી કુંભક કરો. કુંભક કરો ત્યારે હોઠ મેળવી લેવા. દાંતની સ્થિતિ મળેલી જ રહેશે. પછીથી ચહેરો સીધો કરી શ્વાસને બંને નસકોરાં વાટે બહાર કાઢો. આ એક આવર્તન થયું કહેવાય. સીત્કારી પ્રાણાયામના બીજા આવર્તન વખતે ફરીથી ઉપર મુજબની સ્થિતિ કરવી. ઓછામાં ઓછા પાંચ આવર્તનથી શરૂ કરી, એકવીસ આવર્તન સુધી પહોંચવું. જ્યારે તમે શ્વાસને અંદર ભરશો ત્યારે 'સીઈઈઈત' એવો અવાજ આવશે.

લાભ : આ પ્રાણાયામ પણ શીતલી પ્રાણાયામ જેમ ઠંડો પ્રાણાયામ છે. શરીરને ઠંડક આપે છે. વધારામાં આ પ્રાણાયામથી ભૂખ, તરસ, આળસ અને ઊંઘ પર કંટ્રોલ આવે છે.

સાવધાની : શીતલી પ્રાણયામ મુજબ.

૬. ઉજ્જાયી

પદ્માસન, સિદ્ધાસન અથવા સુખાસનમાં બેસો. ઉજ્જાયી પ્રાણાયામમાં શ્વાસનળીના મોઢાને એવી રીતે બંધ કરવામાં આવે છે કે જ્યારે શ્વાસ અંદર ભરો ત્યારે અવાજ આવે છે અને શ્વાસ છોડો ત્યારે પણ અવાજ આવશે. શરૂઆતમાં કદાચ અવાજ બહુ સ્પષ્ટ ન આવે પણ અભ્યાસથી થવા લાગશે. શરૂઆતમાં એવું પણ બને કે શ્વાસ ભરવાનો થોડો અવાજ આવે અને છોડવાનો અવાજ કદાચ ખૂબ ઓછો આવે પણ અભ્યાસથી ખૂબ સરસ રીતે થવા લાગશે. આ રીતમાં કુંભક કરવાનો નથી હોતો. શ્વાસ ભરવાની અને છોડવાની બંને ક્રિયા નાકના નસકોરાથી જ કરવાની છે. પણ એવું લાગશે કે જાણે ગળાથી શ્વાસ લઈ રહ્યા હોય અને છોડી રહ્યા હોય. આ સરળ ઉજ્જાયી છે. આમાં કુંભક કરવાનો નથી હોતો. બીજી પણ રીત છે. જેમાં શ્વાસનળીના મોઢાને ઉપર પ્રમાણે જ બંધ કરવાનું છે. પૂરક એટલે કે શ્વાસ ભરવો. પછી અંગૂઠાથી અને પાછળની બે આંગળીથી નાકના બન્ને નસકોરાને બંધ કરી જાલંધર બંધ સાથે કુંભક કરવાનો. પછીથી ડાબા નસકોરાથી રેચક એટલે કે શ્વાસ છોડવાનો.

લાભ : કફના દોષો દૂર થાય છે. વાયુની દરેક પ્રકારની ફરિયાદ દૂર થાય છે. પેટને લગતા ઘણા રોગો મટે. અંબોઈ (નાભી) ખસી જવાની તકલીફ મટે છે. એસિડીટીની તકલીફ મટે. માનસિક શાંતિ અને શારીરિક બળ

વધે. શરીર હલકું અને સ્ફૂર્તિલું બને. ગળાને લગતા રોગો મટે. અવાજ સ્મૂધ અને પ્રભાવિ થાય. જેમને વાઈની બીમારી હોય તેઓ માટે ખૂબ જ ઉત્તમ છે. નાક, કાન, ગળાના રોગો માટે પણ ઉત્તમ.

સાવધાની : ક્ષય (ટી.બી.) વાળાઓએ ન કરવો.

૭. ભ્રામરી

ભ્રમર (ભમરો)ના ગુંજન જેવો અવાજ આવે છે તેથી તેને ભ્રામરી કહે છે. પદ્માસન, સિદ્ધાસન કે સુખાસનમાં બેસવું. પૂરક એટલે કે શ્વાસ ભરતી વખતે તાળવા ને મોઢાની પાછળની દીવાલ તરફ ખેંચીને રાખવા. એટલે શ્વાસ ભરતી વખતે ઘર્ષણથી એક અવાજ ઉત્પન્ન થશે જે ભ્રમરના ગુંજન જેવો હશે. શ્વાસ ભરીને પછી કુંભક કરવો. પછી શ્વાસ છોડતી વખતે તાળવાની સ્થિતિ શ્વાસ ભરતી વખતે હતી તેવી જ કરવી. તેથી ઘર્ષણથી ગુંજનનો અવાજ આવશે. શ્વાસ ભરવાનો અવાજ અને છોડવાના અવાજમાં થોડો ફરક હશે. છોડવાનો અવાજ વધુ સ્પષ્ટ હશે અને તે અવાજ કાઢવામાં પણ સરળતા રહેશે. શરૂઆતમાં પૂરક એટલે કે શ્વાસ ભરવાની ક્રિયામાં અવાજ કરવામાં થોડી તકલીફ પડશે. પણ અભ્યાસથી સરળ રીતે થશે.

લાભ : ભ્રામરી પ્રાણાયામને સ્લીપિંગ પીલ્સ (ઊંઘની ગોળી) જેવી કહેવામાં આવે છે. અનિદ્રાની તકલીફવાળા રાત્રે સૂતા પહેલા એકવીસ આવર્તન કરે તો ગાઢ ઊંઘ આવે છે. હાઈ બ્લડપ્રેશરની તકલીફ માટે ખૂબ ઉત્તમ. ચંચળ મનને શાંત કરે છે. ગળાના રોગોમાં લાભ થાય અને જો આ ગુંજમાં તમે એક થઈ જાવ (ખોવાઈ જાવ) તો અનેરા આનંદનો અનુભવ થાય છે.

૮. મૂર્છા

પદ્માસન, સિદ્ધાસન કે સુખાસનમાં બેસવું. બંને નસકોરાંથી શ્વાસ ભરો. શ્વાસ ભરી જાલંધરબંધ કરી કુંભક કરો. કુંભક પૂરો થયા પછી જાલંધરબંધ રાખીને જ રેચક એટલે કે શ્વાસ છોડવો. આ એક જ પ્રાણાયામ એવો છે કે જેમાં શ્વાસ છોડતી વખતે પણ જાલંધરબંધ લગાવી રાખવાનો હોય છે.

લાભ : મનની ચંચળતા, ચિત્તની વૃત્તિ શાંત થાય છે. જાલંધર બંધ દરમિયાન વિશુદ્ધ ચક્ર દબાય છે. તેના હિસાબે ચિત્તની વૃત્તિ શાંત થાય છે.

૯. પ્લાવિની

આ પ્રાણાયામ પુસ્તક વાંચીને કરવાનો ક્યારેય પ્રયત્ન ન કરવો. યોગ્ય જાણકાર વ્યક્તિના માર્ગદર્શનથી જ કરવો.

આ પ્રકારમાં શ્વાસને પેટમાં ભરવાનો હોય છે અને ભરવા માટેની બે રીત છે.

124

રીત-૧ : જેમ ખોરાકને ગળાથી ઉતારીએ છીએ તે રીતે શ્વાસને મોઢાથી પ્રયત્ન કરી પેટમાં ભરવાનો હોય છે. પેટ સારી રીતે હવાથી ભરાય પછી કુંભક કરવો ને પછી રેચક એટલે કે શ્વાસને બહાર છોડવો. હવે આ અભ્યાસમાં જ્યારે શ્વાસ બહાર કાઢો છો ત્યારે પેટમાં ભરેલો શ્વાસ બહાર નથી કાઢવાનો. પેટમાં ભરેલો શ્વાસ તેમજ રહેશે અને પૂરક, કુંભક અને રેચકનાં આવર્તનો કરવાનાં હોય છે. જેટલા આવર્તનો નક્કી કરો તેટલા કરી લીધા પછી ગળું ખુલ્લું રાખીને પેટને અંદર ખેંચવાનું એટલે ઓડકાર ખાતા હોઈએ તે રીતે શ્વાસ બહાર નીકળતો જશે. તે એક કરતા વધુ વાર પ્રયત્ન કરી શ્વાસને બહાર કાઢવાનો હોય છે.

રીત-૨ : ઉડ્ડીયાનબંધ કરીને અન્નનળીના મોઢાને ખોલવામાં આવે છે. હવા તેની મેળે પેટમાં જાય છે. આવું વારંવાર કરવાથી હવા પેટમાં ભરી શકાય છે. પછીથી ઉપર મુજબ.

લાભ : શરીરમાં ખૂબ જ હળવાશ આવે છે. પેટના ઘણા રોગો ચમત્કારિક રીતે મટે છે.

૧૦. ચંદ્રભેદન

આ પ્રાણાયામ પરંપરાથી આવેલો નથી. યોગના માન્ય ગ્રંથોમાં આનો ઉલ્લેખ નથી. પાછળથી ઉમેરાયેલો પ્રકાર છે. પદ્માસન, સિદ્ધાસન કે સુખાસનમાં બેસવું. હાથની પ્રણવમુદ્રા બનાવી અંગૂઠાથી જમણું નસકોરું બંધ કરવું. ડાબેથી શ્વાસને અંદર ભરવો. યથાશક્તિ જાલંધરબંધ સાથે કુંભક કરવો. પછીથી ચહેરો સીધો કરી જાલંધરબંધ છોડી જમણા નસકોરાથી શ્વાસને બહાર કાઢવો. આ એક આવર્તન કહેવાય. આવા ઓછામાં ઓછા પાંચ આવર્તનો કરવા અને એકવીસ આવર્તન સુધી પહોંચવું.

લાભ : ગરમઋતુ, ગરમપ્રદેશ અને પિત્તપ્રકૃતિવાળા માટે ઉત્તમ છે. મગજમાં ઠંડક થાય. ચામડીના રોગો માટે ખૂબ ઉત્તમ. હરસ-મસાની તકલીફમાં લાભ થાય. હાઈ બ્લડપ્રેશરની તકલીફ માટે ઉત્તમ. અનિદ્રાનો રોગ મટે. ગુસ્સાવાળો સ્વભાવ બદલાય. એસિડિટી માટે રામબાણ. ચંદ્ર જેવી ક્રાંતિ શરીરમાં આવે.

નોંધ : દરેક પ્રકારના પ્રાણાયામમાં કુંભક વિશે લખેલું છે. કુંભક એટલે શ્વાસને રોકવાની ક્રિયા પણ નવા અભ્યાસીઓએ કુંભકનો અભ્યાસ ન જ કરવો. કુંભક માટે યોગ્ય જાણકાર વ્યક્તિના માર્ગદર્શન નીચે જ અભ્યાસ કરવો.

૫૦. શુદ્ધિક્રિયાઓ

આપણે સ્નાન કરીને બહારના શરીરને તો સાફ કરીએ છીએ પણ આપણે શરીરની અંદરના અવયવોને તો ક્યારેય સાફ કરતા જ નથી. ઘણી બધી બીમારીનું કારણ અંદરની અશુદ્ધિ હોય છે. અંદરના અવયવોની સફાઈ માટે યોગમાં ષટકર્મ (શુદ્ધિક્રિયા) બતાવેલ છે.

સ્થૂલ શરીરનું શુદ્ધિકરણ કર્યા વગર શરીરમાં રહેલા વિષદ્રવ્યો કે અશુદ્ધિઓને દૂર કર્યા વગર યોગના અભ્યાસમાં આગળ વધવું શક્ય નથી. અથવા અશુદ્ધિઓને દૂર કરીને જ સરળતાથી આસન પ્રાણાયામ-મુદ્રા-ધ્યાનનો અનુભવ કરી શકાય છે અને તેનો લાભ પૂરતો મળી શકે છે. છ પ્રકારની શુદ્ધિક્રિયાઓ યોગમાં બતાવેલ છે. (૧) નેતિ (૨) ધૌતિ (૩) બસ્તિ (૪) ત્રાટક (૫) કપાલભાતિ (૬) નૌલિ.

૧. **નેતિ** : શ્વસનમાર્ગ, નાકના ભાગને શુદ્ધ કરવાની ક્રિયા છે.

૨. **ધૌતિ** : મોઢાથી ગુદાદ્વાર સુધી પાચનતંત્રને શુદ્ધ કરવાની ક્રિયા છે.

૩. **બસ્તિ** : મોટા આંતરડાની સફાઈ થાય છે.

૪. **ત્રાટક** : આંખોને શુદ્ધ કરવાની ક્રિયા, મન એકાગ્ર થાય. વ્યક્તિમાં રહેલી સુષુપ્ત શક્તિઓનો વિકાસ થાય.

૫. **કપાલભાતિ** : મસ્તિષ્કની સફાઈ.

૬. **નૌલિ** : પેટની અંદરના અવયવોની માલિશ થવાથી તેની કાર્યક્ષમતા વધારવાની ક્રિયા.

જેમ આયુર્વેદમાં પંચકર્મ છે. (૧) વમન (૨) વિરેચન (૩) સ્નેહન (૪) સ્વેદન (૫) બસ્તિ. આયુર્વેદના પંચકર્મમાં ઔષધિઓ અને બહારની વ્યક્તિ, સાધનનો ઉપયોગ કરવામાં આવે છે. યોગની શુદ્ધિક્રિયાઓ આયુર્વેદની શુદ્ધિક્રિયા કરતા થોડી અઘરી છે અને તેનું મૂલ્ય પણ વધારે છે.

૧. જલનેતિ

નાળચાવાળો ધાતુનો લોટો જે વિશેષ પ્રકારનો બનાવેલ હોય છે અથવા પ્લાસ્ટિકનું પાત્ર પણ સ્પેશ્યલ નાળચાવાળું બનાવેલું હોય છે. નાળચાવાળું પાત્ર ઘણી યોગની સંસ્થાઓમાં મળતું જ હોય છે.

નવશેકું ગરમ પાણી થોડુ મીઠું નાખેલું, મીઠાનું પ્રમાણ આપણા આંસુ જેટલું પાણી ખારું થાય તેટલું જ લગભગ ૨૦૦ ગ્રામ પાણીમા અડધીથી પોણી નાની ચમચી મીઠું નાખવું.

આ પાણીથી નેતિના પૉટને ભરી લો. પૉટનું નાળચું ડાબા નસકોરામાં નાખો. થોડા વાંકા વળીને ઊભા રહેવું. પછી માથાને જમણી બાજુ નમાવો. સાથે સાથે પૉટને એવી રીતે ઉપર લેતા જાવ કે પાણી ડાબા નસકોરામાં દાખલ થાય. મોઢાને ખુલ્લું રાખવું. શ્વાસ મોઢાથી જ લેવો. ડાબા નસકોરામાં ગયેલું પાણી જમણા નસકોરામાંથી બહાર આવશે જ. પૉટનું બધું પાણી ડાબા નસકોરાથી જમણા નસકોરામાં થઈ બહાર આવી જશે. બધું પાણી નીકળી ગયા પછી થોડા વાંકા વળીને નસકોરાનું પાણી કપાલભાતિના થોડા સ્ટ્રોકથી બહાર કાઢી નાખવું. તે જ પ્રમાણે જમણા નસકોરાથી પણ આ જ ક્રિયા કરવી. બંને બાજુથી ક્રિયા પૂરી થયા પછી બંને પગ થોડા અલગ કરી પીઠથી થોડા વધુ ઝૂકીને માથું થોડું ઉપર ઊંચકેલું રાખીને થોડી વાર ઊભા રહો. પછી થોડીવાર ડાબી બાજુ ગરદાન ઝુકાવીને ઊભા રહો. પછી થોડીવાર જમણી બાજુ ગરદન ઝુકાવીને ઊભા રહો. પાણી નીકળશે જ. પછી ઝૂકીને જ ઊભા રહી બંને નસકોરાથી કપાલભાતિ કરો. પછી ડાબે જમણે ઝૂકી એક એક નસકોરું બંધ કરી કપાલભાતિ કરો. ઘણા સમય સુધી પાણી થોડું થોડું નીકળવાનું ચાલુ જ રહેશે ને બધું જ પાણી નીકળી જવું ખૂબ જરૂરી છે. થોડું પણ પાણી અંદર રહી જશે તો ફાયદાની જગ્યાએ નુકસાન થઈ શકે. નાકમાં થોડી પણ ભીનાશ લાગે તો વારંવાર આ ક્રિયા કરીને એકદમ નસકોરાને સ્વચ્છ કરી લેવા.

લાભ : નાકની અંદરની અશુદ્ધિ સાફ થાય. શરદી સાયનસ મટે, નાક, કાન, ગળાની શુદ્ધિ થવાથી તેને લગતા રોગો મટે. આંખોનું તેજ વધે. માથાનો દુખાવો મટે. નાકના મસાને દૂર કરે છે. વારંવાર નાક બંધ થઈ જવાની ફરિયાદ દૂર થાય.

સાવધાની : પાણી ગળામાં ન જાય તે જોવું. જો ગળામાં પાણી જતું હશે તો માથું બરાબર નમાવેલું નહિ હોય અથવા શ્વાસ ભૂલથી નાક દ્વારા લેવાઈ જતો હોય. આ બે વાત ધ્યાનમાં રાખવી. નાકને બરોબર સાફ કરી લેવું ખૂબ જરૂરી છે. જેને નસકોરી ફૂટવાની બીમારી હોય તેઓ જાણકારની સલાહ લઈ કરે. શરૂઆતમાં આંખ લાલ થઈ જાય તેવું બને, પણ ધીરે ધીરે બંધ થઈ જશે.

વિશેષ સ્થિતિમાં દૂધ (દુગ્ધનેતિ) ચોખ્ખું ઘી (ધૃતનેતિ) કે પેશાબનો પ્રયોગ પણ કરી શકાય.

૨. સૂત્રનેતિ

નેતિનો બીજો પ્રકાર છે. સુતરાઉ દોરાને વિધિ અનુસાર મીણથી કડક બનાવીને નાકમાં નાખવામાં આવે છે અને ગળામાંથી કાઢવામાં આવે છે. હવે તો દોરાની જગ્યાએ

રબરના કેથેટર જે મેડિકલ સ્ટોર્સમાં મળતા હોય છે. શરૂઆતમાં ત્રણ નંબરના કેથેટરનો ઉપયોગ કરવો. પછી ચાર અને પાંચ નંબર સુધીના કેથેટર વાપરી શકાય. પાતળો છેડો નાકમાં નાંખવો. ગળામાંથી બહાર આવે ત્યારે આંગળી મોઢામાં નાંખી તેનો બહાર નીકળેલો છેડો પકડવો પછી તેને ગળામાંથી મોઢાની બહાર લાવી એક છેડો નાકની બહાર અને એક છેડો મોઢાની બહાર પકડી આગળ પાછળ પંદર-વીસ વાર નાકમાં ઘર્ષણ થાય તે રીતે કરવું. પછી ગળાના છેડાને પકડી તે છેડાને બહાર કાઢી લેવો. રબર કેથેટરનો એક છેડો પાતળો અને બીજો છેડો જાડો હોય છે. પાતળો છેડો નાકમાં નાખવો અને ગળામાંથી બહાર ખેંચી લેવો. આગળ પાછળ ઘર્ષણ કર્યા પછી.

લાભ : જલનેતિના બધા લાભ ઉપરાંત વરસોથી જે લોકોને નસકોરાં બંધ હોય તેને સૂત્રનેતિથી ખૂબ લાભ થાય છે.

૩. ધૌતી

ધૌતિના અલગ અલગ ઘણા પ્રકારો છે. આપણે અહીં સરળતાથી કરી શકાય તેવી બે રીત જ જોઈએ.

વમનધૌતી : ચોખ્ખું નવશેકું (હૂંફાળું) ગરમ પાણી લેવું તેમાં થોડું મીઠું નાખવું. પછીથી ઉભડક પગે બેસીને ચાર ગ્લાસથી આઠ ગ્લાસ પાણી ઝડપથી પીવું. પછી ઊભા થઈ કમરેથી આગળ ઝૂકી. જમણા હાથની પહેલી બે આંગળીને મોઢામાં છેક જીભના છેડા સુધી નાંખી પછી તે આંગળીઓ અંદર ધીમે ધીમે હલાવવી જીભના મૂળને ઘર્ષણ કરવું. આંગળીઓ ખૂબ અંદર નાખેલી હશે તેથી ઉબકા આવશે અને ઉબકા સાથે પીધેલું પાણી બહાર નીકળશે. આંગળીઓને બહાર ન કાઢવી. ઊલટી થવા દેવી. બેત્રણ વાર આંગળીઓને સ્પર્શ-ઘર્ષણ કરી બધું જ પાણી કાઢી નાંખવું. કફ, પિત્ત વધારાના હશે તે બહાર નીકળી જશે. પિત્ત નીકળશે તો ખાટું લાગશે. કફથી હાથ બગડશે. સૂગ ન ચડવી જોઈએ. વમન ક્રિયા પૂરી થયા પછી મોઢું, નાક, દાંત અને આંખ બરાબર સાફ કરી લેવા.

દંડધૌતી : યોગના ગ્રંથોમાં જે ઉલ્લેખ છે તે ખૂબ અઘરી ક્રિયા છે. તેમાં વડ કે કેળના પાનની સોટી લઈ તેના એક છેડાને દાતણની જેમ ચાવી તેને મોઢાથી અન્નનળીમાંથી હોજરી સુધી પહોંચાડવાની હોય છે અને તેના દ્વારા હોજરીને સાફ કરવાની હોય છે. આ ખૂબ અઘરી ક્રિયા છે. નવી પદ્ધતિ મુજબ હાથની ત્રીજી આંગળી જેટલી જાડી રબરની પોલી નળી લગભગ અઢી ફૂટ જેટલી લાંબી લેવી. આવી તૈયાર નળીઓ યોગની સંસ્થાઓમાં મળતી હોય છે. એ નળીને ગરમ પાણીમાં બરોબર ઉકાળી ચોખ્ખી કરી લેવી.

ઉપર મુજબની ક્રિયા પાણી પીવાની કરવી. પછી રબરની નળીને મોઢા વાટે હોજરી સુધી ધીમે ધીમે પહોંચાડવી. નળી પહોંચી જાય પછી પગ પહોળા કરી કમરથી નીચે ઝૂકવું. હવે થોડો શ્વાસ લઈ પેટને દબાવો. પાણીનો પ્રવાહ નળીના બહારના છેડાથી ચાલુ થઈ જશે. પાણી નીકળવા લાગશે. પાણી નીકળવાનું બંધ થાય પછી એવું લાગે કે હજુ પાણી અંદર છે તો ફરી નળી થોડી વધારે અંદર નાખી શ્વાસ લઈ પેટને દબાવવું. ફરી પાણીનો પ્રવાહ ચાલુ થઈ જશે. બધું જ પાણી નીકળી જાય પછી ધીરે ધીરે પાઇપને બહાર ખેંચી લેવી.

લાભ : દંડધૌતી અને વમનધૌતીના બંનેના લાભ લગભગ સરખા જ છે. કફ, પિત્તની અધિકતા દૂર થાય. હોજરીના વિષદ્રવ્યો બહાર નીકળી જાય. શરદી, કફ, દમ, અસ્થમા, એસિડિટી મટે, વજન ઘટાડવા, ચરબી ઓછી કરવામાં આ ક્રિયા ઉપયોગી. પાચનતંત્ર ક્રિયાશીલ બને. પેટના રોગો મટે.

સાવધાની : વમનધૌતીમાં હાથના નખ સારી રીતે કાપેલા, ઘસેલા હોવા જોઈએ. ખાલી પેટે જ સવારે આ ક્રિયા કરવી. પાણી બહુ ગરમ ન હોય. વધારે પડતું મીઠું ન નાખવું.

વિશેષ : ધૌતીના બીજા ઘણા પ્રકારો છે. (૧) જિહવા ધૌતી (૨) કર્ણ ધૌતી (૩) કપાલરંધ્ર ધૌતી (૪) ચક્ષુ ધૌતી (૫) વાતસાર ધૌતી (૬) વારિસાર ધૌતી તેને શંખ પ્રક્ષાલન પણ કહે છે. (૭) વહીસાર ધૌતી તેને અગ્નિસાર ક્રિયા પણ કહે છે. (૮) ગજકરણી (૯) બાધી ક્રિયા (૧૦) વસ્ત્રધૌતી (૧૧) મૂલશોધન તેને ગણેશક્રિયા પણ કહે છે. (૧૨) વાયુભક્ષણ વગેરે.

૪. બસ્તિક્રિયા

લગભગ ચાર ઈંચ લાંબી લાકડાની, પ્લાસ્ટિકની કે ધાતુની પોલી નળી લેવી. યોગની સંસ્થાઓમાં તૈયાર મળતી હોય છે. પહોળા મોઢાનું એક વાસણ લેવું. તેમાં પાણી ભરવું. વાસણ એટલું પહોળું લેવું કે તમારા નિતંબનો થોડો ભાગ અને ગુદા પાણીમાં ડૂબી શકે. સાફ કરેલી નળીને થોડું શુદ્ધ ઘી લગાવી તે નળીને ગુદાદ્વારમાં થોડી અંદર જાય તેવી રીતે નાંખો. હવે નિતંબ અને ગુદાદ્વાર પાણીમાં ડૂબે તેવી રીતે ઉભડક પગે બેસો. પગ બહાર રહેશે. હાથની કોણી ગોઠણ પર રાખો. હવે નૌલિનો અભ્યાસ કરો. તેનાથી પેટમાં હવાનું દબાણ ઘટતા પાણી પાઇપ વાટે ગુદાદ્વારમાં ઉપર જશે. પછી જ્યારે શ્વાસ રોકી શકાય તેમ ન હોય ત્યારે શ્વાસ છોડીને નૌલિ છોડી દો. તરત જ નળીના મોઢાને આંગળીથી બંધ કરો. નળી ગુદાદ્વારમાંથી થોડી બહાર કાઢી લો. પાણી નળીમાંથી બહાર ન નીકળે તે ધ્યાન રાખો. હવે નૌલિને ડાબે જમણે ઘુમાવો પછી પાણી અંદર રાખવું. શક્ય ન બને ત્યારે છોડી દો.

હવે આંતરડામાં કદાચ થોડું પાણી રહી ગયેલું હશે તે પણ કાઢી નાખવા માટે મયુરાસનનો અભ્યાસ કરો. આ મયુરાસનમાં પગ થોડા પહોળા રાખવા અને પગ ચહેરા કરતા થોડા ઊંચા રહે તેવી રીતે કરવું.

લાભ : મોટા આંતરડાની સારી રીતે સફાઈ થાય છે. કબજિયાત મટે. પેટના સ્નાયુઓની કાર્યશક્તિ વધે. વાયુના રોગો મટે. બસ્તિ ઉત્તમ શુદ્ધિક્રિયા છે.

સાવધાની : બસ્તિ કરવાની હોય તેની આગલી રાત્રે હળવો ખોરાક લેવો. સવારે પેટ સાફ થઈ ગયા પછી જ બસ્તિ કરવી.

૫. ત્રાટક

પદ્માસન, સિદ્ધાસન કે સુખાસનમાં બેસવું. આંખથી લગભગ બે ફૂટ દૂર દીવો અથવા મીણબત્તી સળગતી રાખવી. આંખની સામે જ આવે તે રીતે દીવો રાખવો. શરૂઆતમાં મન શાંત કરવા માટે ભ્રામરી પ્રાણયામ કે ૐકારનો અભ્યાસ કરવો. આંખો બંધ કરી આ અભ્યાસ કરવો. શાંત બેસવું. પછીથી ધીરે ધીરે આંખો ખોલીને નજરને દીવાની જ્યોત પર સ્થિર કરો. ચહેરો કે આંખોને તનાવની સ્થિતિમાં ન રાખવા. દસ મિનિટ સુધી પાપણ ઝપકાવવી નહીં. આંખોમાં બળતરા થાય કે પાણી નીકળે તે તરફ ધ્યાન ન દેતા આંખો સ્થિર જ રાખવી. એક સમય એવો આવશે કે આંખો ખૂલી રાખવી અશક્ય જ લાગશે. પછીથી ધીરેથી આંખો બંધ કરી દો. થોડીવાર પછી ફરીને આજ ક્રિયા કરો. બેથી ત્રણ વાર આ પ્રમાણે કરી શકાય. છેલ્લી વખતે હાથની હથેળી એકબીજા સાથે ઘસીને આંખ ઉપર મૂકો અને બંધ આંખથી તે જ્યોતને જોવાની કોશિશ કરવી જે તમે ખુલ્લી આંખે જોતા હતા તેવું જ ચિત્ર બંધ આંખથી પણ દેખાશે તે જ્યોત દેખાશે. લગભગ દસેક મિનિટ આંખો તે રીતે બંધ રાખવી અને પછીથી શવાસન પંદર મિનિટથી ત્રીસ મિનિટ કરવું.

લાભ : મનની એકાગ્રતા વધે, આંખોનું તેજ વધે, ચશ્માના નંબર ઓછા થાય, સંકલ્પ શક્તિ વધે, બુદ્ધિના વિતર્કો ઓછા થાય, આંખમાંથી આંસુ નીકળવાથી આંખની શુદ્ધિ થાય છે, ધ્યાનમાં સરળતા રહે છે. યાદશક્તિ ખૂબ વધે.

૬. કપાલભાતિ

પદ્માસન કે સુખાસનમાં બેસવું. પદ્માસન શ્રેષ્ઠ. કપાલભાતિમાં પેટને ધક્કો મારી શ્વાસને અવાજ સાથે નાકથી બહાર કાઢવાનો હોય છે. શ્વાસ છોડવાનું કામ પ્રયત્નપૂર્વક છે. શ્વાસ લેવાનું કામ આપણે કરવાનું નથી પણ જેવું પેટ ઢીલું થશે એની મેળે શ્વાસ થોડો

અંદર જશે. કપાલભાતિમાં છાતી-ખભા હલશે નહિ. ચહેરો બગડશે નહિ. ચહેરા ઉપર કોઈ પ્રકારનો તનાવ નહિ હોય. દરેક વખતે પેટને અંદર ધક્કો મારવાનું કામ કરવું અને પેટને ઢીલું મૂકવું.

એક સેકન્ડમાં બે સ્ટ્રોક એક મિનિટમાં ૧૨૦ સ્ટ્રોક અમુક અભ્યાસ પછી સરળતાથી થવા લાગશે. શરૂઆતમાં ઝડપ પર બહુ ધ્યાન ન આપવું. કપાલભાતિમાં શ્વાસ છોડતી વખતે બહાર નીકળતી હવા નાકની દીવાલ સાથે ઘર્ષણ કરશે. તેના હિસાબે એક પ્રકારનો અવાજ આવશે. શ્વાસ અંદર જશે તેનો અવાજ નહિ હોય. શરૂઆતમાં ક્ષમતા હશે તેટલો જ અભ્યાસ કરવો બેત્રણ દિવસે એક સ્ટ્રોક ઉમેરવો. કોઈ પણ પ્રકારની ઉતાવળ ન કરવી, કારણ કપાલભાતિમાં શરીરના નાજુક અવયવો સાથે કામ કરવાનું હોય છે. કપાલભાતિની ક્રિયા સરસ રીતે સમજીને પછી જ કરવી. કપાલભાતિ પ્રાણાયામ પહેલા કરવાની શુદ્ધિ ક્રિયા છે. કપાલભાતિ મૂલાધારમાં રહેલી કુંડલિની શક્તિ ઉપર ચોંટ મારવાની ક્રિયા પણ છે. તેનું આધ્યાત્મિક મૂલ્ય ઘણું જ છે.

લાભ : કપાલભાતિથી શરીરને ભરપૂર માત્રામાં ઓક્સિજન મળે છે. પેટની અંદરના અવયવોની કાર્યક્ષમતા ખૂબ વધે છે. ગૅસ, એસિડીટી, ખોરાકનું પાચન ન થવું વગેરેમાં ખૂબ લાભ થાય છે. શ્વસન માર્ગ ચોખ્ખો થાય છે. બ્લડ સર્ક્યુલેશન ખૂબ વધે છે. કપાલભાતિથી શરીરના દરેક અવયવોને પૂરતા પ્રમાણમાં ઓક્સિજન મળે છે. નાડીશોધન માટે પણ કપાલભાતિનું મૂલ્ય ઘણું ઊંચું છે. શ્વસનતંત્રને લગતા રોગો દમ, અસ્થમા, શરદી માટે ઉત્તમ. કફને લગતા રોગો દૂર થાય છે. પ્રાણાયામ કરવામાં આવતી કુંભક ક્રિયા ખૂબ સારી રીતે થવા લાગે છે. જ્ઞાનતંતુ માટે ઉત્તમ.

સાવધાની : છાતી, ખભા ન હલે તેનું ધ્યાન રાખવું. ચહેરો વિકૃત ન થાય માટે ધ્યાન રાખવું. પેટમાં અલ્સર હોય તેઓએ ન કરવું. હાઈ બ્લડપ્રેશરની તકલીફવાળા ખૂબ ધીમે ધીમે અભ્યાસ કરે. હાર્ટને લગતી કોઈ તકલીફ હોય તેઓ પણ સાવધાનીથી કરે અથવા યોગ્ય જાણકારની સલાહ લઈ કરે. કપાલભાતિ કર્યા પછી શ્વાસમાં સફોકેશન (ગભરામણ) ન થવી જોઈએ. શ્વાસ શાંત થવા જોઈએ.

કપાલભાતિના બીજા પ્રકાર પણ છે.

૧. વ્યુતક્રમ કપાલભાતિ

૨. શીતક્રમ કપાલભાતિ

૭. નૌલિક્રિયા

બંને પગ થોડા અલગ કરી ઊભા રહેવું. પગ ગોઠણમાંથી થોડા વાળવા. હાથને ગોઠણ ઉપર રાખો. હવે મોઢાથી અને નાકથી અવાજ સાથે જોરથી શ્વાસને બહાર કાઢો. વધારેમાં વધારે શ્વાસ બહાર નીકળે તેવો પ્રયત્ન કરવો. છાતીને ફુલાવવી, પેટને ઢીલું છોડવું અને પેટને ઉપરની તરફ ખેંચવું. થોડો પ્રયત્ન કરવો અને થોડું પેટ એની મેળે ઉપરની તરફ જશે. શ્વાસને બહાર જ રોકીને રાખો. ખોટો શ્વાસ લેતા હોય તેવી એક્ટિંગ કરવી. પેટ અંદર જશે જ. આ થયું ઉડ્ડિયાનબંધ. ઉડ્ડિયાનબંધ કર્યા પછી તુરંત પેટના ઊભા બે સ્નાયુઓ છે. તેને છૂટા પાડી આગળ લેવા. આ થઈ મધ્ય નૌલિ શરૂઆતમાં ફક્ત મધ્યનૌલિનો જ અભ્યાસ કરવો. થોડા સમયમાં અભ્યાસ પછી વામનૌલિ અને દક્ષિણનૌલિ કરવા. શરૂઆતમાં નૌલિ બહાર કાઢવાનું કામ ખૂબ જ અઘરું લાગશે. વારંવારના અભ્યાસથી તેની કળ પકડમાં આવશે. શરૂઆતમાં ઉડ્ડીયાનબંધ કરી પેટને વારંવાર આગળ પાછળ ધકેલવું ને અચાનક એવું થશે કે પેટના ઊભા સ્નાયુ બહાર આવવા લાગશે.

લાભ : પેટ પરની વધારાની ચરબી દૂર થાય. કબજિયાત મટે જઠરાગ્નિ તેજ થાય. પેનક્રિયાઝ, લીવર અને બરોળની કાર્યક્ષમતા ચમત્કારિક વધવા લાગે. પેટની અંદરના તમામ અવયવો પર ખૂબ સારો પ્રભાવ પડે છે. તેની કાર્યક્ષમતા અનેક ગણી વધે છે. સ્ત્રીઓના પ્રજનન સંબંધી રોગો મટે. મણિપુર ચક્ર ઉપર ખૂબ સારી અસર થાય છે.

૫૧. ત્રિબંધ

૧. ઉડ્ડીયાનબંધ

ઉપરની નૌલિ ક્રિયામાં જે પેટ અંદરની તરફ જવાની ક્રિયા છે તે ઉડ્ડિયાનબંધ છે, તેથી ઉપરનો અભ્યાસક્રમ જોઈ લેવો. ઉડ્ડિયાનબંધ ઊભા ઊભા, બેઠા બેઠા અને પીઠ પર સૂઈને પણ કરી શકાય. સૌથી શ્રેષ્ઠ છે ઊભા ઊભા કરવું.

લાભ : સાધનાના વિકાસમાં ઉડ્ડીયાનબંધનું મૂલ્ય ખૂબ ઊંચું છે. 'હઠપ્રદીપિકા' નામના ગ્રંથમાં ઉડ્ડીયાનબંધ તે મૃત્યુરૂપી હાથીને મારનાર સિંહ છે તેવું લખેલું છે. પેટની અંદરના દરેક અવયવોની કાર્યક્ષમતા ખૂબ વધે. કબજિયાત માટે ઉત્તમ. સારણગાંઠ (હર્નિયા)ની તકલીફ મટે.

સાવધાની : પેટનો દુઃખાવો હોય તેઓ ન કરે.

ઊભા ઊભા

બેઠા બેઠા

તસ્ય ભૂમિષુ વિનિયોગઃ ॥ ૬ ॥

૨. જાલંધરબંધ

પદ્માસન કે સુખાસનમાં બેસી ચહેરાને ધીમે ધીમે નીચે ઝુકાવો. દાઢીને ગળાની વચ્ચેના ખાડામાં (જેગ્યુલર નૌચ) લગાવવી. સામાન્ય રીતે જાલંધરબંધનો અભ્યાસ પ્રાણાયામમાં કુંભક વખતે કરવામાં આવે છે. તથા બીજી કેટલીક મુદ્રાઓના ભાગરૂપે કરવામાં આવે છે. કોઈ વિશેષ કારણ હોય તો અલગથી સ્વતંત્ર રીતે પણ અભ્યાસ કરી શકાય છે.

લાભ   : વિશુદ્ધ ચક્ર ઉપર સારી અસર, વિજ્ઞાન નાડી દબાય તેના હિસાબે મગજમાં લોહીનું સર્ક્યુલેશન વધે અને જ્ઞાનતંતુઓ પણ દબાય છે. મગજને શાંત કરે છે. થાઈરોઈડમાં લાભ થાય.

त्रयमन्तरङ्गं पूर्वेभ्यः ॥ ७ ॥

૩. મૂલબંધ

મૂલબંધ માટે શ્રેષ્ઠ આસન સિદ્ધાસન છે. ન થાય તો યોનિસ્થાન દબાય તે રીતે પગની એડીને રાખવી. હવે ધીરે ધીરે ગુદાદ્વાર ઉપરની તરફ ખેંચો. થોડીવાર રોકાવું. આને મૂલબંધ કહેવામાં આવે છે. આ બંધના આવર્તનો કરી શકાય.

લાભ : પહેલી નજરે સાવ સામાન્ય લાગતી ક્રિયા ખૂબ ખૂબ મહત્ત્વની છે. તેની અસર ખૂબ ઊંડી છે. સામાન્ય રીતે મૂલબંધ પ્રાણાયામમાં કુંભક દરમ્યાન કરવામાં આવતી ક્રિયા છે. કોઈ વિશેષ કારણસર તેનો અલગ અભ્યાસ પણ કરી શકાય છે.

મૂલબંધથી અપાનવાયુની ગતિ ઉપરની તરફ થાય છે. તે પ્રાણવાયુ સાથે મળે છે અને તેનાથી એક શક્તિ પેદા થાય છે. કુંડલિની જાગૃત કરવામાં ખૂબ મહત્ત્વની ક્રિયા છે મૂલબંધથી પ્રજનન અંગો અને ઉત્સર્જન અંગોની કાર્યક્ષમતા ખૂબ વધે. ગુદાદ્વારની માંસપેશીઓની કાર્યક્ષમતા વધે. આંતરડાંઓને ઉત્તેજીત કરે છે. તેથી પેટના ઘણા રોગો ઉપર સારો પ્રભાવ પડે છે. મસાની તકલીફ મટે. હરસમાં ખૂબ લાભ થાય.

સાવધાની : યોગ્ય માર્ગદર્શક પાસેથી સમજીને જ અભ્યાસ કરવો. સરળ લાગતી આ ક્રિયાને જો ખોટી રીતે કરવામાં આવે તો ભયંકર કબજિયાત અને જનનેન્દ્રિયનો રોગ થઈ શકે છે.

૫૨. મુદ્રા વિજ્ઞાન - પંચતત્ત્વો અને હસ્ત મુદ્રાઓ

આપણું શરીર પાંચ તત્ત્વોનું બનેલું છે અને સમગ્ર બ્રહ્માંડ પણ પાંચ તત્ત્વોનું જ બનેલું છે. આપણા જીવનમાં આ પાંચ તત્ત્વોનું ઘણું જ મહત્ત્વ છે. આપણા બંને હાથોની પાંચ પાંચ આંગળીઓ આ પાંચ તત્ત્વોનું પ્રતિનિધિત્વ કરે છે. આ પાંચ તત્ત્વો આ પ્રમાણે છે : (૧) જળ (૨) પૃથ્વી (૩) આકાશ (૪) વાયુ (૫) અગ્નિ.

૧. કનિષ્ઠિકા એટલે ટચલી આંગળી - જળ તત્ત્વ

૨. અનામિકા એટલે છેલ્લી આંગળી - પૃથ્વી તત્ત્વ

૩. મધ્યમા એટલે અનામિકાની આગળની આંગળી - આકાશ તત્ત્વ

૪. તર્જની એટલે મધ્યમાની આગળની આંગળી - વાયુ તત્ત્વ

૫. અંગૂઠો તે અગ્નિ તત્ત્વ

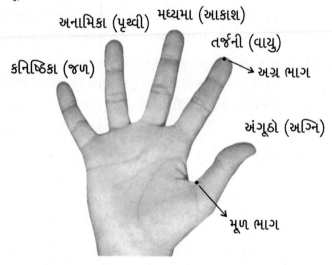

આંગળીના નામ			તત્ત્વનું નામ		
Thumb	-	અંગૂઠો	અગ્નિ	-	Fire - Sun
Index	-	તર્જની	વાયુ	-	Air - Wind
Centre	-	મધ્યમા	આકાશ	-	Ether - Space
Ring	-	અનામિકા	પૃથ્વી	-	Earth
Little	-	કનિષ્ઠિકા	જળ	-	Water

વ્યુત્થાનનિરોધસંસ્કારયોરભિભવપ્રાદુર્ભાવૌ નિરોધક્ષણચિત્તાન્વયો નિરોધપરિણામઃ ॥ ૯ ॥

મુદ્રાઓ કરવા માટેના નિયમો

૧. જમણા હાથે મુદ્રાઓ કરવાથી શરીરના ડાબા ભાગ ઉપર અસર થાય છે. તેવી જ રીતે ડાબા હાથે મુદ્રા કરવાથી જમણા ભાગે અસર થાય છે.

૨. મુદ્રાઓથી લાભ થાય જ છે, પણ ખોટી રીતે મુદ્રા કરવાથી નુકસાન થઈ શકે છે. તેથી યોગ્ય જાણકારના માર્ગદર્શન નીચે અભ્યાસ કરવો વધુ હિતાવહ છે.

૩. ભોજન પછી તરત મુદ્રાઓના અભ્યાસ ન કરવો. ફક્ત વાયુમુદ્રા કરી શકાય. બીજી મુદ્રા માટે ઓછામાં ઓછો એક કલાકનો ગાળો રાખવો જરૂરી છે.

૪. હાલતા-ચાલતા મુદ્રાઓ ન કરવી. શાંત ચિત્તે બેસીને કરવી.

૫. આંગળીઓનો સ્પર્શ સહજ હોવો જોઈએ. સહજ દબાણ વધારે અસરકારક હોય છે. બાકીની આંગળીઓને સીધી અને ભેગી રાખવી જોઈએ.

૬. જમીન ઉપર બેસી શકાતું ન હોય તેઓએ જાજમ કે શેતરંજી પાથરી ઉપર ખુરશી રાખીને અભ્યાસ કરવો. પગ જમીનને ન અડવા જોઈએ. શક્ય હોય ત્યાં સુધી વિદ્યુતવાહક ન હોય તેવા આસન (ઉનનું) પર બેસીને જ મુદ્રાઓ કરવી જોઈએ. પ્લાસ્ટીકના આસનનો ઉપયોગ ન કરવો.

૭. નખ કાપેલા સ્વચ્છ હોવા જોઈએ.

૮. ફક્ત શોખને ખાતર મુદ્રાઓ ન કરવી. કોઈ રોગ માટે મુદ્રા કરતા હોય ત્યારે રોગ મટી જાય તો મુદ્રા બંધ કરવી નહિ તો નુકસાન થાય.

૧૦. દરેક મુદ્રાની સમયમર્યાદાનું પાલન કરવું જોઈએ.

૧૧. મુદ્રાઓનો પ્રયોગ કોઈપણ ઉપચારની સાથે કરી શકાય. ઉપચાર અને મુદ્રા વચ્ચે ૩૦ મિનિટનો ગાળો રાખવો.

૧૨. મુદ્રા કરતી વખતે ઘડિયાળ, પટ્ટો, ચશ્માં, વીંટી કાઢી નાંખવા, કપડાં ઢીલાં પહેરવા.

૧૩. મુદ્રા પ્રાતઃ સૂર્યોદય પહેલા અને સૂર્યાસ્ત પછી કરવામાં આવે તો પ્રભાવ વધારે હોય છે.

૧૪. એક જ સ્થાન એક જ સમય ઉપર મુદ્રા કરવામાં આવે તો પરિણામ જલદી આવે છે.

૧૫.   મુદ્રાનો સમય હોય તે દરમિયાન હલવું ન જોઈએ.

૧૬.   મુદ્રા કરતી વખતે પુરુષ જમણો પગ ડાબા પગ ઉપર અને સ્ત્રીએ ડાબો પગ જમણા પગ ઉપર રાખવો.

૧૭.   બે મુદ્રા વચ્ચે દસ મિનિટનું અંતર રાખવું.

૧૮.   મુદ્રા નિયમિતપણે કરવી. જો એક પણ દિવસ પડે તો આગળ કરેલી મુદ્રાઓની ઊર્જા સમાપ્ત થઈ જાય છે અને ફરીથી શરૂઆત કરવી પડે છે.

૧૯.   લગભગ દરેક મુદ્રા ઓછામાં ઓછી ૧૬ મિનિટ અને વધુમાં વધુ ૪૮ મિનિટ કરી શકાય.

૨૦.   પ્રાણમુદ્રા, અપાનમુદ્રા, જ્ઞાનમુદ્રા અને પૃથ્વીમુદ્રા આ ચાર મુદ્રા ગમે તેટલો સમય કરી શકાય.

સર્વાર્થતૈકાગ્રતયો: ક્ષયોદયૌ ચિત્તસ્ય સમાધિપરિણામ: ॥ ૧૧ ॥

૧. જ્ઞાન મુદ્રા (ચિન્મય મુદ્રા) (વ્યાખ્યાન મુદ્રા)

વિધિ : બંને હાથની પહેલી આંગળીના (તર્જની) આગળના ભાગથી અંગૂઠાના આગળના ભાગને હળવું દબાણ આપવું બાકીની આંગળીઓને એકબીજાની સાથે જોડી રાખવી. આ થઈ જ્ઞાન મુદ્રા. જ્ઞાન મુદ્રાનો અભ્યાસ પદ્માસનમાં કરી શકાય તો ઉત્તમ. ન થાય તો વજ્રાસન અથવા સુખાસનમાં કરવો.

લાભ : મનની ચંચળતા દૂર થાય, મન શાંત થાય, અંદરની પ્રસન્નતા વધે, ધ્યાનમાં ઝડપી પ્રગતિ થાય. આળસ, ભય, ઉત્તેજના, ક્રોધ જેવા માનસિક રોગ દૂર થાય. અનિદ્રા માટે ઉત્તમ. રાત્રે સૂતા પહેલાં થોડીવાર આ મુદ્રા કરવાથી અનિદ્રા દૂર થાય. પિચ્યૂટરી પિનિયલ ગ્રંથિઓનો સ્રાવ નિયંત્રિત થાય છે. મસ્તિષ્કના રોગો, અસ્થિરતા, ગભરામણ, ડિપ્રેશન, ગાંડપણ, ફિટ આવવી, ચીડિયાપણું દૂર થાય. સ્નાયુમંડળ મજબૂત બને.

સમય : ઝડપી પરિણામ માટે એક સાથે ૪૮ મિનિટ કરવી, શક્ય ન હોય તો ઓછામાં ઓછી ૧૬ મિનિટ તો કરવી જ જોઈએ.

૨. જ્ઞાન ધ્યાન મુદ્રા

વિધિ : જ્ઞાન મુદ્રા કરી ડાબા હાથની હથેળી ઉપર જમણા હાથની હથેળીને રાખવી. બંને હથેળીઓ નાભિ નીચે રાખવી.

લાભ : જ્ઞાન મુદ્રાના બધા લાભ ઉપરાંત કમળ કાદવમાં રહેવા છતાં તેને સ્પર્શતું નથી. તેવી રીતે સંસારમાં રહેવા છતાં સંસાર સ્પર્શતો નથી. વ્યક્તિ પાપ રહિત જીવન જીવી શકે છે. ધ્યાનમાં ઝડપી પ્રગતિ થાય.

શાન્તોદિતૌ તુલ્યપ્રત્યયૌ ચિત્તસ્યૈકાગ્રતાપરિણામઃ ॥ ૧૨ ॥

૩. આકાશ મુદ્રા

વિધિ : મધ્યમાના અગ્રભાગને અંગૂઠાના અગ્રભાગે હળવા દબાણ સાથે સ્પર્શ કરાવવો બાકીની આંગળીઓ સીધી રાખવી.

લાભ : હૃદય (હાર્ટ)ની કોઈપણ તકલીફ એન્જાઇના પેઇન અનિયમિત પલ્સ - બ્લોકેજ વગેરેમાં લાભદાયક છે. હૃદયની કોઈપણ બીમારી હશે તો આકાશ મુદ્રા બરોબર થશે નહિ, પરંતુ સતત પ્રયત્ન કરવાથી થશે અને બીમારી દૂર થશે. કાનની બીમારી માટે સારી, દાંત મજબૂત બને, હાઈપર ટૅન્શન (હાઈ બી.પી.) માટે આ મુદ્રા ઉત્તમ.

સમય : ૪૮ મિનિટ એક સાથે કરવાથી ઝડપી લાભ થાય, શક્ય ન હોય તો ૧૬-૧૬ મિનિટ ત્રણ ટાઈમ કરવી.

૪. પૃથ્વી મુદ્રા

વિધિ : અનામિકા આંગળીનો અગ્રભાગ અંગૂઠાના અગ્રભાગને હળવા દબાણ સાથે સ્પર્શ કરવો. બાકીની આંગળીઓ સીધી રાખવી.

લાભ : આ મુદ્રાથી વજન વધારી શકાય. શરીરમાં ક્રાંતિ, સ્ફૂર્તિ અને તેજસ્વીતા વધે. ખોરાકનું પાચન થાય, બૌદ્ધિક ક્ષમતા વધે, ક્ષમાશીલતા અને ઉદારતાનો ગુણ આવે.

વિશેષ : વજન વધારવા માટે આ મુદ્રા ૪૮ મિનિટ એક સાથે કરે તો ઈચ્છિત વજન વધારી શકાય.

૫. સૂર્ય મુદ્રા

વિધિ : વિધિ - અનામિકા આંગળીના અગ્રભાગને અંગૂઠાના મૂળમાં લગાવી અંગૂઠાને વાળેલી અનામિકા આંગળી પર રાખી બાકીની આંગળીઓ સીધી રાખવી.

લાભ : શરીરનું વજન ઘટાડવા માટે આ મુદ્રા ખૂબ લાભકારી છે. આખા શરીરમાં ઊર્જાનો સંચાર થાય. થાયરોઇડની તકલીફના ખૂબ લાભકારી, શારીરિક અને માનસિક તાણ મટે. આ મુદ્રાથી સાયનસ, શરદી, ન્યુમોનિયા અને ટી.બી. જેવા રોગોથી મુક્તિ મળે. પાચનશક્તિનો વિકાસ થાય, કબજિયાત મટે.

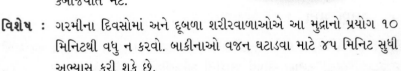

વિશેષ : ગરમીના દિવસોમાં અને દૂબળા શરીરવાળાઓએ આ મુદ્રાનો પ્રયોગ ૧૦ મિનિટથી વધુ ન કરવો. બાકીનાઓ વજન ઘટાડવા માટે ૪૫ મિનિટ સુધી અભ્યાસ કરી શકે છે.

૬. શૂન્ય મુદ્રા

વિધિ : મધ્યમા આંગળીના અગ્રભાગને અંગૂઠાના મૂળ પર લગાવી અંગૂઠાને મધ્યમાના વચ્ચેના ભાગ પર રાખવો, બાકીની આંગળીઓ સીધી રાખવી.

લાભ : કાનના રોગો માટે ઉપયોગી. કાનમાં અવાજ આવવા, ઓછું સંભળાવું, કાનમાંથી રસી આવવી વગેરેમાં ખૂબ લાભકારી. શરીરના ગમે તે અંગમાં ખાલી ચડે તો આ મુદ્રા કરવી. કોઈ વ્યક્તિ જન્મથી ગૂંગા ન હોય છતાં પણ અવાજ સ્પષ્ટ ન હોય તો આ મુદ્રાથી લાભ થાય.

૭. વાયુ મુદ્રા

વિધિ : તર્જનીના અગ્રભાગને અંગૂઠાના મૂળમાં લગાવી અંગૂઠાથી તર્જનીના મધ્યભાગ પર દબાણ આપવું. બાકીની આંગળીઓ સીધી રાખવી.

લાભ : શરીરમાં વાયુ વધવાથી વાત સંબંધિત રોગો થાય છે. જેવા કે સાંધાનો દુઃખાવો, કંપવા (પારકીન્સન), સાયટિકા, લકવો, ગોઠણનો દુઃખાવો, સાંધીયો વા, કમર અને કરોડરજ્જનો દુઃખાવો – આ પ્રકારના બધા રોગોમાં ખૂબ લાભ થાય છે. ગૅસની તકલીફવાળા ભોજન પછી વજ્રાસનમાં બેસી આ મુદ્રા કરે તો લાભ થાય. મનની ચંચળતા ઓછી થાય.

૮. પ્રાણ મુદ્રા

વિધિ : કનિષ્ઠિકા અને અનામિકાના અગ્રભાગને અંગૂઠાના અગ્રભાગ પર રાખી હલકું દબાણ આપવું. બાકીની આંગળીઓને સીધી રાખવી.

લાભ : પ્રાણનું વહન અને બ્લડ સર્ક્યુલેશનના અવરોધો દૂર થાય. લોહીનું સર્ક્યુલેશન નિયમિત થાય. શારીરિક અને માનસિક રીતે દુર્બળ વ્યક્તિઓને ખૂબ લાભ થાય. શરીરમાં શક્તિનો સંચાર વધે. રોગ પ્રતિકારક શક્તિ વધે. વિટામિન-સીની ખામી દૂર થાય. પ્રાણમુદ્રાથી આંખોના અનેક રોગો મટે. આંખોનું તેજ વધે. અનિદ્રામાં જ્ઞાન મુદ્રા સાથે, ડાયાબિટીસમાં અપાન મુદ્રાની સાથે કરવાથી ખૂબ લાભ થાય. પેરાલિસીસમાં આ મુદ્રાથી લાભ થાય. વ્યક્તિ મનનો મજબૂત થાય, તેજસ્વી બને.

૯. અપાન મુદ્રા

વિધિ : અનામિકા અને મધ્યમાના અગ્રભાગને અંગૂઠાના અગ્રભાગે એવી રીતે સ્પર્શ કરવો જેથી અંગૂઠાનો અડધો-અડધો ભાગ બંને આંગળીઓ પર લાગે. બાકીની આંગળીઓ સીધી રાખવી.

લાભ : શરીર નિર્મળ થાય, શરીરમાંના વિષ - વિજાતીય - મળો શરીરમાંથી બહાર નીકળી જાય છે. પેશાબ બંધ થઈ જાય તો આ મુદ્રા એકસાથે ૪૫ મિનિટ કરવાથી ચમત્કારિક ફાયદો થાય છે. પેટની તકલીફો મટે, સ્ત્રીઓને અનિયમિત માસિક ધર્મ નિયમિત થાય. માસિક ટાઈમના દુઃખાવામાં લાભ થાય. ડિલિવરી સમયે આ મુદ્રા કરવાથી દુઃખાવામાં રાહત થાય. લો બી.પી.ની તકલીફમાં ઉત્તમ, કબજિયાત મટે. ગર્ભાશય અને નાભિ ખસી ગઈ હોય તો પોતાના સ્થાને આવી જાય. માથાના દુઃખાવામાં જ્ઞાન મુદ્રા સાથે, ડાયાબિટીસમાં પ્રાણ મુદ્રા સાથે આ મુદ્રા કરવાથી લાભ થાય.

૧૦. હાર્ટ મુદ્રા (હૃદય મુદ્રા)

વિધિ : બંને હાથોની મધ્યમાને વાળી એકબીજા સાથે મેળવો, પછી બાકીની આંગળીઓના અગ્રભાગને મેળવો, પછી અનામિકાના અગ્રભાગને મેળવી રાખી બાકીની આંગળીઓ તર્જની અને કનિષ્ઠિકાને અલગ કરી લેવી. અંગૂઠાને તર્જની આંગળી પાસે રાખવો.

લાભ : હાર્ટ (હૃદય) મજબૂત બને. હાર્ટને લગતી દરેક તકલીફના લાભ થાય. હાઈ બી.પી.માં લાભ થાય.

૧૧. અપાનવાયુ મુદ્રા

વિધિ : તર્જનીના અગ્રભાગને અંગૂઠાના મૂળ
પર લગાવી અનામિકા અને મધ્યમાના
અગ્રભાગને અંગૂઠાના અગ્રભાગે એવી
રીતે લગાવો જેથી અંગૂઠાનો અડધો
અડધો ભાગ બંને, આંગળીઓ પર રહે.
બાકીની આંગળીઓ સીધી રાખવી.

લાભ : હાર્ટ (હૃદય) રોગીઓ માટે,
અપાનવાયુ મુદ્રા ચમત્કારિક લાભ
આપે છે. 'હાર્ટએટેક' એન્જાઇના
પેઇનના સમયે આ મુદ્રા ચમત્કારિક અસર કરે છે. હાઈબ્લડ પ્રેશરમાં
પણ ચમત્કારિક લાભ થાય. માનસિક ચિંતા દૂર થાય. પેશાબ બંધ થઈ
ગયો હોય તો ચાલુ થાય છે. પેટના અવયવોની ક્ષમતા વધે. પેટની
દરેક તકલીફમાં લાભ થાય. હરસ (પાઈલ્સ)માં લાભ થાય.

૧૨. કિડની - મૂત્રાશય મુદ્રા

વિધિ : મધ્યમા આંગળીના અગ્રભાગને અંદર વાળી પહેલા વેઢાને પરસ્પર મેળવી
લેવો. બાકીની આંગળીઓ સીધી રાખી હથેળીના પાછળના ભાગથી દબાણ
આપવું.

લાભ : કિડની સંબંધિત અને પેશાબની કોઈપણ તકલીફમાં લાભ થાય.

૧૩. જલોદરનાશક મુદ્રા

વિધિ : કનિષ્ઠિકાના અગ્રભાગને અંગૂઠાના
મૂળ પર લગાવી અંગૂઠાથી કનિષ્ઠિકા
પર હલકું દબાણ આપી બાકીની
આંગળીઓ સીધી અને મળેલી રાખવી.

લાભ : જલોદર નામની બીમારમાં લાભ થાય
છે તેથી આ મુદ્રાને જલોદરનાશક મુદ્રા
કરે છે. હાથ, પગ, મોઢાના સોજા દૂર
થાય છે.

શબ્દાર્થપ્રત્યયાનામિતરેતરાધ્યાસાત્ સંકરસ્તત્ પ્રવિભાગસંયમાત્ સર્વભૂતરુતજ્ઞાનમ્ ॥ ૧૭ ॥

૧૪. ઉદાન મુદ્રા

વિધિ : તર્જનીના અગ્રભાગને અંગૂઠાના અગ્રભાગ પર રાખી તર્જનીના નખ ઉપર મધ્યમાના અગ્રભાગને રાખી બાકીની આંગળીઓ સીધી રાખવી.

લાભ : થાઈરોઈડની તકલીફના લાભ થાય. થાઈરોઈડ પેરાથાઈરોઈડ ગ્રંથિનો સ્રાવ સંતુલિત થાય. ગળાને લગતા રોગો કાકડા વગેરેમાં લાભ થાય છે.

૧૫. અસ્થમા મુદ્રા

વિધિ : મધ્યમા આંગળીના અગ્રભાગને અંદર વાળી પહેલા વેઢાને પરસ્પર મેળવી લેવો, બાકીની આંગળીઓ સીધી રાખી હથેળીના પાછળના ભાગથી દબાણ આપવું.

લાભ : દમ (અસ્થમા)ની બીમારીમાં લાભ થાય. સ્વરતંત્રની બીમારીમાં લાભ થાય.

અલગ અલગ રોગોમાં કરવાના આસનો, શુદ્ધિક્રિયા, પ્રાણાયામ અને મુદ્રા

૧. ગેસ, એસીડીટી, મંદાગ્નિ

આસન : ઉત્તાનપાદાસન, પનમુક્તાસન, નૌકાસન, મેરુદંડાસનના પ્રકાર, ભૂજંગાસન, ધનુરાસન, વજ્રાસન, યોગમુદ્રા, સુપ્તવજ્રાસન, પશ્ચિમોતાનાસન

શુદ્ધિક્રિયા : વમનધૌતિ, કપાલભાતિ

પ્રાણાયામ : અનુલોમવિલોમ, ઉજ્જાયી

મુદ્રા : ભોજન પછી વજ્રાસનમાં બેસી ૧૬ મિનિટ વાયુમુદ્રા કરવી.

૨. શરદી

આસન : સૂર્યનમસ્કાર, મેરુદંડાસનના પ્રકાર, વિપરિતકરણી, નિરાલંબાસન, શલભાસન, પશ્ચિમોતાનાસન

શુદ્ધિક્રિયા : જલનેતી, કપાલભાતિ

પ્રાણાયામ : ભસ્ત્રિકા, અનુલોમવિલોમ

મુદ્રા : સૂર્ય મુદ્રા

3. દમ (અસ્થમા)

આસન : સૂર્યનમસ્કાર, ઉતાનપાદાસન, મત્સ્યાસન, પવનમુક્તાસન, નિરાલંબાસન, ભૂજંગાસન, સર્પાસન, શલભાસન, ધનુરાસન, વજ્રાસન, સુપ્તવજ્રાસન, ઉષ્ટ્રાસન, ગૌમુખાસન, આકર્ણધનુરાસન, તાડાસન, પાદ હસ્તાસન, ત્રિકોણાસન ૧-૨.

શુદ્ધિક્રિયા : વમનધૌતિ, જલનેતી, કપાલભાતી

પ્રાણાયામ : ભસ્ત્રિકા, અનુલોમવિલોમ

મુદ્રા : અસ્થમા મુદ્રા - સૂર્ય મુદ્રા

૪. ડાયાબિટીસ

આસન : સૂર્યનમસ્કાર, ઉત્તાનપાદાસન, નૌકાસન, ભૂજંગાસન, ધનુરાસન,

પશ્ચિમોતાનાસન, વક્રાસન, અર્ધમત્સ્યેન્દ્રાસન, સર્વાંગાસન, હલાસન, ગૌમુખાસન, હંસાસન, ઉષ્ટ્રાસન, ત્રિકોણાસન ૧-૨, પાદહસ્તાસન.

શુદ્ધિક્રિયા : વમનધૌતિ, શંખપ્રક્ષાલન, કપાલભાતી

પ્રાણાયામ : ભ્રામરી, અનુલોમવિલોમ, ભસ્ત્રિકા

મુદ્રા : પ્રાણ, અપાન / ૧૬ મિનિટ પ્રાણ મુદ્રા કરવી. પછી ૧૬ મિનિટ અપાન મુદ્રા કરવી.

૫. મેદ - ચરબી (ઓબેસીટી)

આસન : સૂર્યનમસ્કાર, ઉત્તાનપાદાસન, પવનમુક્તાસન, નૌકાસન, ભૂજંગાસન, શલભાસન, ધનુરાસન, પશ્ચિમોતાનાસન, જાનુશિરાસન, અર્ધમત્સ્યેન્દ્રાસન, ઉષ્ટ્રાસન, વિપરીત નૌકાસન, માર્જરી આસન, ગૌમુખાસન, તાડાસન, પાદહસ્તાસન, તિર્યક તાડાસન, ઉત્કટાસન, ત્રિકોણાસન, સ્ટ્રેચિંગવાળી લૂઝિંગ એક્સરસાઇઝ.

શુદ્ધિક્રિયા : વનમધૌતિ, શંખપ્રક્ષાલન, કપાલભાતી

પ્રાણાયામ : ભસ્ત્રિકા, સૂર્યભેદન, અનુલોમ વિલોમ

મુદ્રા : સૂર્યમુદ્રા

૬. અનિદ્રા

આસનો : સૂર્યનમસ્કાર, પવનમુક્તાસન, નિરાલંબાસન, વિપરીતકરણી, ભૂજંગાસન, ધનુરાસન, પશ્ચિમોતાનાસન, મેરુદંડાસનના બધા પ્રકાર, ગૌમુખાસન, પાદહસ્તાસન, વૃક્ષાસન, શવાસન (ધ્યાન).

શુદ્ધિક્રિયા : વમનધૌતિ, કપાલભાતી

પ્રાણાયામ : શીતલી, સીત્કારી, ભ્રામરી, ૐકાર, અનુલોમ વિલોમ

મુદ્રા : સૂતા પહેલા ભ્રામરી સાથે જ્ઞાન મુદ્રા ૧૬ મિનિટ કરવી.

૭-૮. હૃદય (હાર્ટ)ની તકલીફ, હાઈ બ્લડપ્રેશર

આસન : મેરુદંડાસનના પ્રકારો, પવનમુક્તાસન, વજ્રાસન, યોગમુદ્રા, હળવી કસરતો (લુઝિંગ એક્સરસાઇઝ), તિર્યક તાડાસન, વૃક્ષાસન, મકરાસન, નિરાલંબાસન, શવાસન (ધ્યાન)

શુદ્ધિક્રિયા : ધીમી કપાલભાતી

પ્રાણાયામ : ૐકાર, ભ્રામરી, અનુલોમવિલોમ

મુદ્રા : હાર્ટ મુદ્રા, આકાશ મુદ્રા, અપાનવાયુ મુદ્રા

૯. માનસિક તનાવ - સતત વિચારો આવવા - (ડિપ્રેશન)

આસન : સૂર્યનમસ્કાર, અર્ધહલાસન, વિપરીતકરણી મુદ્રા, સરલ મત્સ્યાસન, હલાસન, ચક્રાસન, મેરુદંડાસન, ૨-૪-૬ પ્રકાર, નિરાલંબાસન, ધનુરાસન, પશ્ચિમોતાનાસન, ઉષ્ટ્રાસન, માર્જરી આસન, વજ્રાસન, શશાંકાસન, પાદહસ્તાસન, અર્ધકટી ચક્રાસન, શવાસન (ધ્યાન)

શુદ્ધિક્રિયા : કપાલભાતિ, વમનધૌતિ, ત્રાટક

પ્રાણાયામ : ૐકાર, ભ્રામરી

મુદ્રા : જ્ઞાન મુદ્રા

૧૦. પીઠનો દુઃખાવો (બેકપેઈન)

આસન : મેરુદંડાસનના બધા પ્રકાર, પવનમુક્તાસન, સેતુબંધાસન, મકરાસન, નિરાલંબાસન, ભૂજંગાસન, શલભાસન, ધનુરાસન, વજ્રાસન, શશાંકાસન, માર્જરીઆસન, ઉષ્ટ્રાસન, વક્રાસન

શુદ્ધિક્રિયા : ધીમી કપાલભાતિ

પ્રાણાયામ : અનુલોમવિલોમ

મુદ્રા : વાયુ મુદ્રા

૧૧. આર્થરાઈટીઝ

આસન : લુઝિંગ એક્સરસાઇઝ, પવનમુક્તાસન, નૌકાસન, સેતુબંધાસન, નિરાલંબાસન, ભૂજંગાસન, ધનુરાસન, જાનુશિરાસન, પશ્ચિમોતાનાસન, ઉષ્ટ્રાસન, ભદ્રાસન, ઉત્કટાસન, તાડાસન, પાદહસ્તાસન, તિર્યક તાડાસન

શુદ્ધિક્રિયા : વમનધૌતિ, કપાલભાતી

પ્રાણાયામ : સૂર્યભેદન, ભસ્ત્રિકા, અનુલોમવિલોમ

મુદ્રા : વાયુ મુદ્રા, પ્રાણ મુદ્રા

૧૨. કબજિયાત (કોન્સ્ટીપેશન)

આસન : ઉત્તાનપાદાસન, અર્ધહલાસન, પવનમુક્તાસન, નિરાલંબાસન, સર્પાસન, ભૂજંગાસન, ધનુરાસન, જાનુશિરાસન, વજ્રાસન, યોગમુદ્રા, સુપ્તવજ્રાસન, તાડાસન, પાદહસ્તાસન, તિર્યક તાડાસન.

શુદ્ધિક્રિયા : શંખપ્રક્ષાલન, કપાલભાતિ

પ્રાણાયામ : ભસ્ત્રિકા, અનુલોમવિલોમ

મુદ્રા : પૃથ્વી મુદ્રા (વધુ વજનવાળી વ્યક્તિઓ ન કરે), ભોજન પછી વાયુ મુદ્રા, અપાન મુદ્રા

આગામી આકર્ષણ...

પરિવૃત્તિ જાનુશીરાસન

લોલાસન

નિરાલંબ પશ્ચિમોતાનાસન

સિંહમુદ્રા

એતેન શબ્દાઘન્તર્ધાનમુક્તમ્ ॥ ૨૨ ॥

પદ્મ ભુજંગાસન (૧-૪)

(૧)

(૨)

(૩)

(૪)

ગુપ્ત વજ્રાસન

સોપક્રમં નિરુપમં ચ કર્મ તત્સંયમાદપરાન્તજ્ઞાનમરિષ્ટેભ્યો વા ॥ ૨૩ ॥

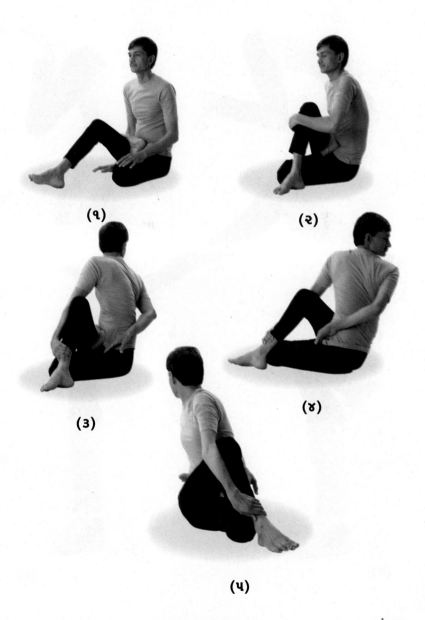

પૂર્ણ મત્સ્યેન્દ્રાસન (૧-૫)

(૧)

(૨)

(૩)

(૪)

(૫)

શીર્ષાસન (૧-૫)

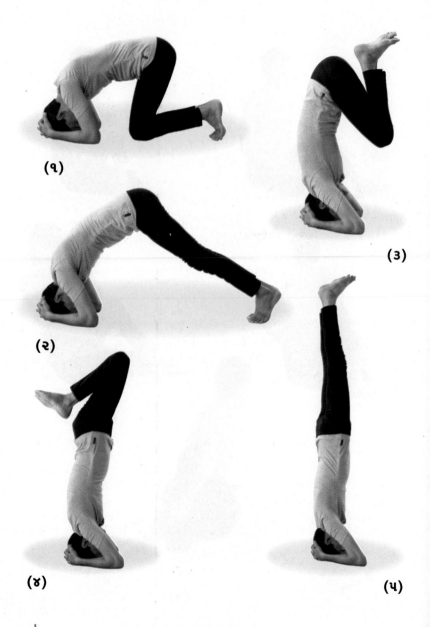

(૧)

(૨)

(૩)

(૪)

(૫)

પદ્મ શીર્ષાસન (૧-૨)

(૧)   (૨)   સિદ્ધાસન

ઉગ્રાસન

મયુરાસન

શશાંક ભૂજંગાસન (૧-૬)

(૧)

(૨)

(૩)

(૪)

(૫)

(૬)

ભુપનજ્ઞાનં સૂર્યે સંયમાત્ ॥ ૨૭ ॥

બદ્ધ પદ્માસન

બદ્ધ પદ્માસનમાં યોગ મુદ્રા

चन्द्रे ताराव्यूहज्ञानम् ॥ २८ ॥

પૂર્ણ ભૂજંગાસન

ગર્ભાશન

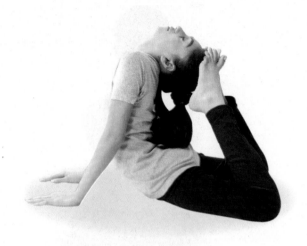

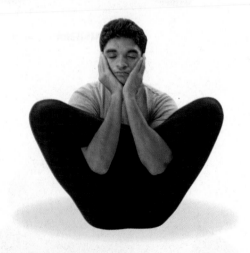

૫૩. નાભિ વિજ્ઞાન

નવી પેઢી માટે નવું છતાં આપણું જૂનું વિજ્ઞાન

હાલની પેઢીને તો આના વિશે કદાચ કાંઈપણ ખબર નહીં હોય પણ આ ફક્ત આપણું અને આપણી સંસ્કૃતિનું જ વિજ્ઞાન છે.

આપણા વડવાઓ આનાથી ખૂબ પરિચિત હતા અને આપણે પણ આ વિશે જાણવું જ જોઈએ.

મારા જીવનમા મેં અનુભવેલો એક કિસ્સો આ તબક્કે જણાવવો ખૂબ જરૂરી લાગે છે. લગભગ સાત વર્ષ પહેલાની આ વાત છે. એક યુવાન લગભગ ૨૮ વર્ષનો હશે. તેને પેટની તકલીફ પાંચ વર્ષથી હતી. અલગ-અલગ પેટના ડૉક્ટરોની દવા કરાવતો હતો, પણ કંઈ ફર્ક પડતો નહિ. એકવાર મને મારી યોગની શિબિરમાં મળેલ. તેના જણાવ્યા મુજબ તે પેટના દુઃખાવાની તકલીફથી પિડાતો હતો. ઘણી દવા કરાવી અને દવા ચાલુ જ હતી પણ કોઈ ઇલાજ સફળ થતો નહોતો. મને બધી વાત કરી એટલે આદત મુજબ મેં તેને સામે બેસાડ્યો અને પગના અંગૂઠા ચેક કર્યા. તો જમણા પગનો અંગૂઠો ડાબા પગના અંગૂઠા કરતા લગભગ અડધા ઈંચ જેટલો મોટો હતો. ફક્ત ત્રણ મિનિટની સારવારમાં તેની નાભિ ઠીક કરી દીધી. નાભિ કેન્દ્રમાં લાવી દીધી કે તુરંત જ તેનો દુઃખાવો ગાયબ. પછીની થોડી જે કાળજી રાખવાની હતી તે પણ મેં બતાવી દીધી. ફરી તેને ક્યારેય તકલીફ નથી થઈ.

વિચાર કરો કે પાંચ વર્ષમાં તેને કેટલી પીડા સહન કરી હશે અને કેટલા રૂપિયાનું પાણી કર્યું હશે. જો તેને આ નાભિકેન્દ્રના વિજ્ઞાનની ખબર હોત તો તે વ્યક્તિ આટલો દુઃખી ન થયો હોત. આટલા બધા પૈસા પણ ન બગાડ્યા હોત. તેથી મને પણ એવું લાગ્યું કે આની જાણ જે ન જાણતા હોય તેને થાય તો ખૂબ સારું.

'નાભિ ખસી ગઈ છે' કે પછી 'આની પીચોટી ખસી ગઈ છે' તેવું પહેલાના દાદા-દાદીઓ બોલતા હતા. હવે જો નાભિ ખસી ગઈ હોય તો અલગ અલગ પ્રકારના ઘણા બધા રોગો થતા હોય છે. હવે કારણ હોય છે નાભિ અને ઇલાજ થાય છે બીજા અંગોનો. રોગ મટે જ નહિ. કેવી રીતે મટે? અને જો નાભિ ઠેકાણે બેસાડી દો તો રોગ ગાયબ. જાણે 'ચમત્કાર'.

આધુનિક વિજ્ઞાન, ડૉક્ટરો, આના વિશે લગભગ કશું જ જાણતા હોતા નથી. તે તો અલગ અલગ લૅબોરેટરી ટેસ્ટ અને અલગ અલગ દવાઓનું ચક્કર ચલાવશે. જો કે ડૉક્ટરોનો પણ કોઈ દેખીતો વાંક નથી. કારણ કે તે પોતે તો જાણતા જ નથી અને આ વિજ્ઞાન તેમના ભણવામાં પણ ક્યાંય આવતું નથી. તેથી તે કરે તો શું કરે અને આધુનિક વિજ્ઞાનમાં આનો કોઈ ઇલાજ પણ નથી જ.

નાભિ એટલે ડૂંટી. આયુર્વેદ પણ નાભિના વિજ્ઞાનને માને જ છે. યોગશાસ્ત્રમાં પણ ઉલ્લેખ છે. આજે પણ ગામડાંઓમાં આ વાતથી લોકો પરિચિત છે જ. ઝાડા (ડાયેરિયા) થઈ જાય કે પેટમાં દુઃખે તો વડીલો તુરંત પહેલા નાભિ ચેક કરતા અને ઠીક કરતા. આ વાત આજે તો શહેરોમાં ભુલાઈ જ ગઈ છે. નાની એવી તકલીફ થઈ કે દોડે ડૉક્ટરો પાસે.

માના પેટમાં રહેલું બાળક પોષણ નાભિ દ્વારા જ મેળવે છે તો નાભિનું કેટલું મહત્ત્વ હશે ? આયુર્વેદ કહે છે પેટ બગડ્યું તો ઘણા બધા રોગો થવાના જ. પેટની અંદર ઘણા જ મહત્ત્વના અંગો આવેલા છે. લિવર, જઠર, પિતાશય, સ્વાદુપિંડ, નાનું આંતરડું, મોટું આંતરડું, કિડની, મુત્રાશય, સ્ત્રીઓમાં ગર્ભાશય આ બધા અવયવો ખૂબ જ મહત્ત્વના છે. તેના કામમાં કોઈ અવરોધ, ખરાબી થાય તો શરીરમાં સરળતાથી ચાલતા અનેક તંત્રો ઉપર ખરાબ અસર થવાની જ. સ્વાદુપિંડ (પેન્ક્રિયાસ)ની કામગીરી બગડે પછી જ ડાયાબિટીસ થાય. જો નાભિ ખસેલી હોય તો શરીરના કોઈ પણ અંગને નુકસાન થઈ શકે છે. જ્યાં સુધી નાભિ ઠીક ન કરો ત્યાં સુધી બીજા ઉપાયો કારગત નીવડતા નથી.

નાભિ તેના સ્થાનેથી ખસીને જે તરફ જાય તે તરફના અંગો ઉપર દબાણ લાવે અને તેનું સ્થાન જે હશે તે ખાલી પડશે. તેથી તે તરફના અંગો ખેંચાશે. ટૂંકમાં બધા જ પેટની અંદરના અવયવો પર તેની ખરાબ અસર થવાની જ થવાની. શરીરના દરેકે દરેક અવયવો એકબીજા સાથે જોડાયેલા છે જ. તેથી એક અવયવ ઉપર ખરાબ અસર પડવાથી બીજા અંગો ઉપર તેની ખરાબ અસર પડવાની જ છે.

રોગ જ્યાંથી ઉત્પન્ન થાય ત્યાંથી જ તેને ઠીક કરવામાં આવે તો જ સાચું નિવારણ થાય. યોગશાસ્ત્ર મુજબ શરીરમાં સાત ચક્રો આવેલા છે. તેમાંનું એક મણિપુર ચક્ર નાભિમાં આવેલું છે. મણિપુરચક્ર ઊર્જાનું મુખ્ય કેન્દ્ર છે. મણિપુરચક્ર નાભિમાં આવેલું છે. તે ખસે તો શું હાલત થાય વિચારો ? આખા શરીરનું ઊર્જાકેન્દ્ર મણિપુરચક્ર અને તેનું સ્થાન જ ખસે તો આખા શરીરની ઊર્જા બગડવાની જ.

નાભિકેન્દ્ર ખસી જવાનાં કારણો અનેક છે.

૧. પેટમાં વારંવાર ગૅસ થવો.

૨. ચાલવાની ખોટી રીત.

૩. સૂવાની ખોટી રીત.

૪. બેસવાની ખોટી રીત.

૫. જીવનશૈલી.

૬. ખોરાકની ટેવો.

૭. સ્કૂટર અથવા બાઇક વધારે સમય ચલાવતા હોય ઉબડ-ખાબડ રસ્તા ઉપર ડ્રાઈવિંગ કરવાથી

૮. કિક મારવાથી

૯. ઉતાવળે ચાલતી વખતે ખોટાં પગલાં ભરવાથી

૧૦. દોડતા દોડતા બસ, ટ્રેન પકડવાથી

૧૧. ઊંચા ઢોળાવ ચડતી વખતે, ભારે વજન ઉઠાવવાથી

૧૨. ત્રાસા (આડા) બેસીને ડ્રાઈવિંગ કરવાથી.

આ અને બીજા આવા અનેક કારણોથી નાભિ ખસી શકે છે.

તે જરૂરી નથી કે ઉપરનાં કારણોથી નાભિ ખસી જ જાય, ખસી શકે છે. ખસી જ જાય તેવું નથી.

નાભિ તેના સ્થાનેથી આઠ અલગ અલગ જગ્યાએ ખસી શકે છે.

૧. ઉપરની દિશાએ ખસી શકે. ઉપરની દિશાએ ખસે તો શું તકલીફ થાય ?

- થાઈરોઈડની તકલીફ, સર્વાઈકલ (ગળા)ના મણકાની તકલીફ, હૃદય, હાઈ બ્લડપ્રેશર, શરીરમાં ચરબી વધે, શ્વસનતંત્રના રોગો, આર્થરાઈટીઝ, લિવર બગડે, હિમોગ્લોબીન ઓછું થાય, સ્વભાવ ગુસ્સાવાળો, ચીડિયો થાય.

૨. નીચે ખસી જાય તો...

- ચક્કર આવે, લો બ્લડપ્રેશર, શરીર દુઃખે, મસ્ક્યુલર ડિસ્ટ્રોફી, આંખ, કાનના રોગો, જલોદર, સ્ત્રીઓનો માસિક પિરિયડ અનિયમિત અને અનિયંત્રિત થાય તે સમયે દુઃખાવો વધે.

૩. જમણી તરફ વચ્ચેના ભાગમાં ખસે તો...

- કમર, એડી, ગોઠણમાં દુઃખાવો, ડાયાબિટીસ, ગૅસ, ઍસિડીટી, હિમોગ્લોબીન ઘટે.

૪. ડાબી તરફ વચ્ચેના ભાગમાં ખસે તો...

- ડાયાબિટીસ, ઍસિડીટી, ગૅસ, ઓડકાર, ગોઠણ, પગના તળિયા, કમર દુઃખે, કબજિયાત.

૫. જમણી તરફ ઉપરની દિશામાં ખસે તો...

- હાઈ બ્લડપ્રેશર, પેટમાં જમણી તરફ દુઃખે, ડાબા પગના ગોઠણ એડી દુઃખે, બ્રેઈન ટ્યૂમર.

૬. ડાબી તરફ ઉપરની દિશામાં ખસે તો...

- મનને લગતા રોગો થાય. માનસિક રોગો, હાઈ બ્લડપ્રેશર અથવા લો બ્લડપ્રેશર થાય. ફેફસામાં પાણી ભરાય, લોહીનું પરિભ્રમણ ધીમું થાય. મનમાં ડર લાગે, ખરાબ વિચારો આવે, ગરદનના અને આંખના રોગો થાય.

૭. જમણી તરફ નીચેની દિશામાં ખસે તો...

- ડાયાબિટીસ, લો બ્લડપ્રેશર, ચક્કર, લિવર, કિડનીની તકલીફ થાય, સાંધા દુઃખે, કમર, ગોઠણ દુઃખે, લકવો થાય. પેટના અલગ-અલગ રોગો થાય. સ્વભાવ ગુસ્સાવાળો ચીડિયો થાય.

૮. ડાબી તરફ નીચેની દિશામાં ખસે તો...

- ડાયાબિટીસ, ચક્કર, લિવર, કિડની ખરાબ થાય. હૃદયની તકલીફ, કમરનો દુઃખાવો, ગોઠણનો દુઃખાવો, લો બ્લડપ્રેશર

નાભિ ખસી ગયેલી હોય તે કેવી રીતે ખબર પડે.

૧. બંને પગના અંગૂઠા મેળવો. જો નાભિ ખસેલી હોય તો પગના અંગૂઠા નાના-મોટા થઈ ગયેલા હશે.

૨. ડૂંટી પર અંગૂઠો દબાવો. થડકારા અનુભવાશે. થડકારા ન અનુભવાય તો ખસી ગયેલી જાણવી.

૩. હાથની ટચલી આંગળીની ત્રણેય લાઈનો મેળવો. જો એક સીધી લાઇનમાં ન મળે તો નાભિ ખસેલી જાણવી.

૪. ડૂંટીથી છાતીની ડિંટડી માપો. ખસેલી હશે તો માપ લાંબું ટૂંકું થશે.

હવે તેને તેના સ્થાને લાવવા માટેના ઉપાયો.

બધા જ પ્રયોગો સવારે ખાલી પેટે કરવા.

૧. બંને પગના અંગૂઠાને ખેંચવા.

૨. ડૂંટી ઉપર દબાણ આપી, આજુબાજુ યોગ્ય દબાણ આપી ઠેકાણે લાવી શકાય.

૩. અર્ધ હલાસન આ પુસ્તકમાં આગળ આસનોના વિભાગમાં આપેલું છે. તે ત્રણથી પાંચ વાર કરો.

૪. શ્વાસ બહાર કાઢીને પેટને ખૂબ ફુલાવો. જ્યાં સુધી શ્વાસને બહાર રાખી શકો ત્યાં સુધી બહાર જ રોકેલો રાખી પેટને ખૂબ ફુલાવવું. આ પ્રયોગ આઠથી દશવાર કરવો.

૫. ડાબા હાથની કોણીના સાંધા ઉપર જમણા હાથની હથેળીને મૂકી જર્ક લગાડી, ડાબા હાથના અંગૂઠાને ડાબા ખભાને અડાડવો. ચાર-પાંચ વાર કરો. તે જ પ્રમાણે બીજા હાથથી પણ કરો.

બીજા પણ અનેક પ્રયોગો છે નાભિ ઠીક કરવાના. વિશેષ સલાહની જરૂર હોય તો લેખકનો સંપર્ક કરવો.

શ્રી દિલીપભાઈ ધોળકિયાની પંદર દિવસની યોગ શિબિરના હજારો પ્રતિભાવોમાંથી કેટલાક પ્રતિભાવોની ઝલક...

Know Yoga Know Peace : No Yoga No Peace

યોગાભ્યાસીની વિગત અને અભિપ્રાય

નામ : મનસુખ ટી. સાવલિયા

સરનામું : એ-૩૦૪, મધુરમ એપાર્ટમેન્ટ, ઝેવીયર્સ સ્કૂલ પાછળ, વાસુપૂજ્ય ટાવરની બાજુમાં, નારણપુરા, અમદાવાદ-૧૩

ફોન નં.: (ઘર) ૫૫૩૦૮૨૮૭ (ઓ) ૨૬૩૦૩૧૯૦ (મો) ૯૮૨૫૯૫૬૨૫૪

ઉંમર : ૩૮ બહેન ☐ ભાઈ ☑ શિબિરની તા. : ૫/૯ થી ૨૫/૯/૨૦૦૫ બેચ : ૬-૩૦

(૧) નોકરી અથવા ધંધાની સંપૂર્ણ વિગત : અધ્યાપક, કોમ્પ્યુટર વિભાગ, એલ.ડી. કોલેજ ઓફ એન્જી. અમદાવાદ-૧૫

(૨) શિબિરમાં કેટલા દિવસ હાજર હતા? તા. ૧૨/૯/૦૫ ને છોડતા બધા દિવસ

(૩) આ યોગ કેન્દ્રમાં અભ્યાસ કરવાથી આપને કોઈ શારીરિક તકલીફ (રોગ) માં ફાયદો થયો હોય તો તેની સંપૂર્ણ વિગત. માનસિક સ્ટ્રેસ કે સ્ફૂર્તિમાં ફાયદો થયો હોય તો તે પણ લખવું: જોડાયા પહેલા મારું ડાયાબીટીસ ૧૨૬/૨૫૪ હતું જે ચાર દિવસ બાદ ૧૦૮/૧૩૮ થયેલ છે. યોગથી આમાં જરૂર ફાયદો થયો છે. મન શાંત રહે છે અને સ્ટ્રેસમાં આશ્ચર્યજનક ફાયદો થયો છે. વિચારો સકારાત્મક થતાં સ્ફૂર્તિમાં પણ વધારો થયો છે અને જીવન પ્રત્યેનો અભિગમ પણ બદલાઈ સકારાત્મક થયો છે.

(૫) યોગ શિક્ષક દિલીપ ધોળકિયા વિષેનો આપનો અભિપ્રાય : યોગની ઉત્તમ ઊંચાઈએ પહોંચનાર વ્યક્તિ વિશે યોગાભ્યાસના હજુ માંડ પા-પા પગલી કરનાર વ્યક્તિ કઈ રીતે અભિપ્રાય આપી શકે? અને આપે તો યે એના માટે શબ્દો ક્યાંથી શોધે? છતાંય હું મારી વ્યક્તિગત મર્યાદાને ધ્યાનમાં લઈને કહી શકું કે એમની યોગ શીખવવાની પદ્ધતિ અને →

(વધુ વિગતો માટે પાછળ લખી શકશો) સહી : [illegible]

વિશેષ જાણકારી માટે : દિલીપ ધોળકીયા - ૯૮૯૮૨૮૭૬૨૭

⇒ ભાવના એટલા સહજ છે કે મન ગમે ત્યાં ભાગે તોય ફરીથી યોગમાં પરોવાઈ જાય. દરેક યોગ વિશે એટલી સુંદર સમજ દિલાપણાઈ રસપૂર્વક આપે છે કે સામાન્ય માણસ પણ સરળતાથી સમજી શકે. સમજ આપ્યા બાદ કરાવતી વખતે વ્યક્તિગત સ્વરૂપે ભૂલ થતી હોય ત્યાં સુધારી કરનારને એવો અહેસાસ કરાવે છે કે જાણે કોઈ મારા માટે જ અને મને જ મારા ભલા માટે કોઈપણ સ્વાર્થ વગર એક યોગ સાધકના યોગ્ય મારી ઉપર લઈ જઈ રહ્યું હોય. એમના સાથેના પંદર દિવસના પંદર કલાક જિંદગીભર અવિસ્મરણીય રહેશે. માણસ સામાન્ય રીતે પોતે પોતાની સાથે ક્યારેય હોતો નથી, પણ એમણે અમારા ટૂંકાગાળામાં પોતાની સાથે રહી કેવી રીતે સ્વસ્થ અને સુખી જીવન જીવી શકાય એની સમજણ આપી દીધી. આવા ગુરૂ સમાન યોગ શિક્ષકને મારા

સાદર વંદન, સાદર પ્રણામ.

Know Yoga Know Peace : No Yoga No Peace

યોગાભ્યાસીની વિગત અને અભિપ્રાય

નામ : કુન્દન બેન પરેશભાઈ અમીન

સરનામું : ૧૦, બી, વસંત વિહાર સોસા., વિ-૨, સેન્ટ- ઝેવિયર્સ કોલેજ ચાર રસ્તા, નવરંગપુરા.

ફોન નં.: (ઘર) ૨૬૪૪૩૧૦૬ (ઓ) ______ (મો) ______

ઉંમર : ૩૫ બહેન ☑ ભાઇ ☒ શિબિરની તા. : ૬/૯/૦૫ બેચ : સવારે

(૧) નોકરી અથવા ધંધાની સંપૂર્ણ વિગત : હાઉસ વાઈફ, ઘર ની સંપૂર્ણ જવાબદારી.

(૨) શિબિરમાં કેટલા દિવસ હાજર હતા? તન-મન થી પુરા દિવસ હાજરી.

(૩) આ યોગ કેન્દ્રમાં અભ્યાસ કરવાથી આપને કોઇ શારીરિક તકલીફ (રોગ) માં ફાયદો થયો હોય તો તેની સંપૂર્ણ વિગત. માનસિક સ્ટ્રેસ કે સ્ફૂર્તિમાં ફાયદો થયો હોય તો તે પણ લખવું : આ યોગ કેન્દ્ર માં અભ્યાસ કરવાથી મારા શરીરમાં એક અનોખી સ્ફૂર્તિ આવી હોય તેવો અનુભવ થાય છે. કેમકે, યોગ માં આવ્યા પહેલાં હું દરરોજ બપોરે બે કલાક આરામ કરતી અને કરવો જ પડતો. જો હું આરામ ન કરું તો મને ભયંકર માથા નો દુઃખાવો થતો, જેથી મારું બધું કામ અટકી પડતું. પરંતુ હવે સવારે પાંચ વાગે ઊઠું છું છતા બપોરે ઊંઘ ન મળે તો કાંઈ જ તકલીફ થતી નથી. જેનો શ્રેય હું યોગ ને આપું છું અને મારા ગુરુજી ને આપું છું.

(૫) યોગ શિક્ષક દિલીપ ધોળકિયા વિષેનો આપનો અભિપ્રાય : માનનીય ગુરુજી શ્રી દિલીપભાઈ, ૐ શ્રી સાંઈ નાથ.
આપનો અભિપ્રાય આપવા માટે ના મારી પાસે શબ્દો નથી. હું તો ફક્ત એટલું જ કહીશ કે માનનીય વકીલ શ્રી ભરતભાઈ એ જણાવ્યું કે આ અમદાવાદને આદર્શ બનાવવા માટે ઘણાં બધાં દિલીપભાઈ ની જરૂર છે. તે તદ્દન સાચું છે. પણ કદાચ એ સંપૂર્ણ -

(વધુ વિગતો માટે પાછળ લખી શકશો) સહી : (P.T.O.)

વિશેષ જાણકારી માટે : દિલીપ ધોળકીયા - ૯૮૯૮૨૮૭૬૨૭

દિલીપભાઈ ન પણ બની શકે. કેમકે દિલીપભાઈ જેવા ગુરુજી ના હાથ નીચે યોગ શીખવા માટે આંખો ની પણ જરૂર નથી. ફક્ત ગુરુજી ની હાજરી અને આપણું મન બે જ જરૂરી છે. એ આપના જેવા આદર્શ ગુરુજીઓ ~~અમારા~~ બાળકો ને એટલે કે ભવિષ્યની પેઢી ને દરેક ક્ષેત્ર માં મળી જાય તો આ અમદાવાદ ને ''આદર્શ અમદાવાદ'' બનતાં કોઈ ન રોકી શકે.

કોઈપણ સ્વાર્થ વગર દરેકે દરેક વિદ્યાર્થી માં પૂરો રસ દાખવીને, પૂરેપૂરું ધ્યાન આપીને શીખવવાની આપની કળા ખરેખર દાદ માંગી લે તેવી છે. હું મારી જાત ને ધન્ય ગણું છું જે આ જીંદગી ના ૧૫ કલાક આપના નેતૃત્વ નીચે યોગ શિબિર ના આ વર્ગો માં કંઈક પણ સારું શીખી શકી છે. અને હું પૂરો પ્રયત્ન કરીશ આ યોગ માં નિયમિત હાજર રહેવાનો તથા આદર્શ અમદાવાદ માંથી કંઈક નવું શીખીને બીજાને શીખવાડી શકવાનો. તથા શક્ય હશે તેટલો સમય આદર્શ અમદાવાદ ના સુકાર્યો માં જોડાવામાં વાપરીશ.

આપનો કિંમતી સમય આપે મારું આ સામાન્ય લખાણ વાંચવા માટે ફાળવ્યો તે બદલ હું આપની ખૂબ ખૂબ આભારી છું. અને હા, ગુરુજી આ અભિપ્રાય લખવા પાછળ નતો મારો કોઈ સ્વાર્થ છે કે ન કોઈ લાગવગ. "એ આ સમાજ મા ગુરુજી હોય તો આપ જેવા જ હોય." ધન્યવાદ.

ભગવાન આપના સ્વાસ્થ્ય ને હંમેશા સંપૂર્ણ રીતે સ્વસ્થ રાખે એવી પ્રાર્થના અને આપને સામાજીક કાર્યો કરવાની વધારે ને વધારે તાકાત આપે એવી શુભેચ્છા.

માનનીય ગુરુજી ને પ્રણામ.

Kundan Amin

Know Yoga Know Peace : No Yoga No Peace

યોગાભ્યાસીની વિગત અને અભિપ્રાય

નામ : બારોટ. પ્રવિણચંદ્ર. ગોવિંદભાઈ.

સરનામું : સી.૨૪ કોર્પોરેશન ક્વાર્ટર્સ, સી.પી. નગરની પાછળ ઘાટલોડિયા અમદાવાદ-૬૧

ફોન નં.: (ઘર) ૨૭૪૯૫૬૬૫ (ઓ) ૨૬૩૦૨૩૬૧ (મો) ૯૪૨૬૪૦૭૨૬૯

ઉંમર : ૪૫ બહેન ☐ ભાઈ ☑ શિબિરની તા. : ૧૭-૦૮-૦૫ બેચ :

(૧) નોકરી અથવા ધંધાની સંપૂર્ણ વિગત : ભારતીય સંચાર નિગમ લિ. ની અંદર નોકરી. ગોવિંદભાઈ, ગુજરાત ટેલિકોમ સર્કલ (લિમિટેડ) પાર્કિંગ ઓફિસની બાજુમાં અમદાવાદ-૬

(૨) શિબિરમાં કેટલા દિવસ હાજર હતા? પૂરેપૂરા દિવસ

(૩) આ યોગ કેન્દ્રમાં અભ્યાસ કરવાથી આપને કોઈ શારીરિક તકલીફ (રોગ) માં ફાયદો થયો હોય તો તેની સંપૂર્ણ વિગત. માનસિક સ્ટ્રેસ કે સ્ફૂર્તિમાં ફાયદો થયો હોય તો તે પણ લખવું : આ યોગ કેન્દ્રમાં આવ્યા પછી મારા મગજના દુઃખાવામાં ઘણી રાહત લાગી છે. માનસિક સ્ટ્રેસમાં ૮૦% રાહત લાગે છે. પેટમાં ગેસ અને કબજીયાત હતી તેમાં ઘણી રાહત લાગી છે. એક અલગ પ્રકારનો ઉત્સાહ દેખાય છે.

(૫) યોગ શિક્ષક દિલીપ ધોળકિયા વિષેનો આપનો અભિપ્રાય : યોગના શિક્ષક તરીકે દિલીપભાઈ ધોળકિયાને ઓળખવા એના કરતાં દિલીપભાઈ ધોળકિયા એટલે જ યોગ એમ કહેવાય. સંપૂર્ણ વ્યક્તિ! યોગ માટે. સ્વભાવ સરળ, નાની નાની સમજ આપવી. દરેક વ્યક્તિ પર પૂરતું ધ્યાન. ઉત્સાહી વ્યક્તિ. તેમને મળ્યા પછી ગમે તે વ્યક્તિ તેમના થઈ જાય.

(વધુ વિગતો માટે પાછળ લખી શકશો) સહી : P H Barot

વિશેષ જાણકારી માટે : દિલીપ ધોળકીયા - ૯૮૯૮૨૮૭૬૨૭

Know Yoga Know Peace : No Yoga No Peace

યોગાભ્યાસીની વિગત અને અભિપ્રાય

નામ : પટેલ સૌરભ હરીશકુમાર

સરનામું : ૮, રત્ન ફ્લેટ, સ્વાતિ સોસા. બસ સ્ટોપ સામે
ઈશ્વરભુવન રોડ, નવરંગપુરા, અમદાવાદ

ફોન નં.: (ઘર) ૨૬૪૪૦ ૧૧૦ (ઓ) ૨૬૪૪૦ ૧૧૦ (મો)

ઉંમર : ૨૮ બહેન ☐ ભાઈ ☑ શિબિરની તા. : ૧/૯ થી ૧૫/૯ બેચ : ૬ વાગે

(૧) નોકરી અથવા ધંધાની સંપૂર્ણ વિગત : ઇન્ટીરીયર ડિઝાઇન
બધાજ પ્રકારનું - ઘર, ઓફિસ, દુકાન, હોસ્પિટલ

(૨) શિબિરમાં કેટલા દિવસ હાજર હતા? ૧૫

(૩) આ યોગ કેન્દ્રમાં અભ્યાસ કરવાથી આપને કોઇ શારીરિક તકલીફ (રોગ) માં ફાયદો થયો હોય તો તેની સંપૂર્ણ વિગત. માનસિક સ્ટ્રેસ કે સ્ફૂર્તિમાં ફાયદો થયો હોય તો તે પણ લખવું : (૧) પેટની તકલીફ ઓછી, પેટ ઓછું થયું
(૨) સ્ફૂર્તિમાં ઘણોજ ફેર
(૩) ગુસ્સા પર ઘણોજ કાબૂ
(૪) વિચારો પર પણ કાબૂ
(૫) ટટ્ટાર બેસવામાં કરોડરજ્જુમાં કોઈ જ તકલીફ નહિ
(૬) પગની પાની દુઃખવા બંધ

(૫) યોગ શિક્ષક દિલીપ ધોળકિયા વિષેનો આપનો અભિપ્રાય : નિઃસ્વાર્થ ભાવે સેવા આપનાર વ્યક્તિનું મૂલ્ય આંકી ન શકાય.
-> આટલા ઓછા સમયમાં ઘણું જ શીખવ્યું છે
-> હજુ એમની સેવાનો લાભ લેવો છે
-> સ્વસ્થ જીવન જીવવાની ચાવી બતાવી તે બદલ ખૂબ ખૂબ આભાર

(વધુ વિગતો માટે પાછળ લખી શકશો) સહી : Patel Saurabh H.

વિશેષ જાણકારી માટે : દિલીપ ધોળકીયા - ૯૮૯૮૨૮૭૬૨૭

Know Yoga Know Peace : No Yoga No Peace

યોગાભ્યાસીની વિગત અને અભિપ્રાય

નામ : યાજ્ઞિક ઇન્દુબેન જયંતભાઈ

સરનામું : નિર્ણયનગર સોસાયટી વિભાગ - ૧ બંગલા નં. ૫૧

ફોન નં.: (ઘર) 27481652 (ઓ) — (મો) —

ઉંમર : ૬૨ બહેન ☒ ભાઈ ☒ શિબિરની તા. : ૧/૮- બેચ : બીજી

(૧) નોકરી અથવા ધંધાની સંપૂર્ણ વિગત : નિવૃત્ત

(૨) શિબિરમાં કેટલા દિવસ હાજર હતા ? ૧૪ દિવસ

(૩) આ યોગ કેન્દ્રમાં અભ્યાસ કરવાથી આપને કોઈ શારીરિક તકલીફ (રોગ) માં ફાયદો થયો હોય તો તેની સંપૂર્ણ વિગત. માનસિક સ્ટ્રેસ કે સ્ફૂર્તિમાં ફાયદો થયો હોય તો તે પણ લખવું : ઘૂંટણની તકલીફ હતી
પલાંઠીવાળી બેસી શકાતુ ન હતુ
તે લગભગ ૮૦ % દૂર થઈ છે.
સ્ફૂર્તિમાં ઘણો જ વધારો થયો છે.

(૫) યોગ શિક્ષક દિલીપ ધોળકિયા વિષેનો આપનો અભિપ્રાય :

ખૂબ જ ઉત્સાહી અને તેમની શિખવવાની
પધ્ધતિ ખૂબ સરસ છે ઉપરાંત
વારંવાર નિરીક્ષણ કરી ભૂલો પ્રત્યે
સૂચના આપતા રહે છે.

(વધુ વિગતો માટે પાછળ લખી શકશો) **સહી :** R. J. Yagnik

વિશેષ જાણકારી માટે : દિલીપ ધોળકીયા - ૯૮૯૮૨૮૭૬૨૭

Know Yoga Know Peace : No Yoga No Peace

યોગાભ્યાસીની વિગત અને અભિપ્રાય

નામ: નીતાબેન પી પટેલ

સરનામું: ૧૧, શાલીન બંગ્લોઝ, સુજલાત પાસે. સોમેશ્વર વિભાગ ૩ ની પાછળ, થલતેજ

ફોન નં.: (ઘર) ૨૭૪૭૩૮૮૦(ઓ) (મો)

ઉંમર: ૪૬ બહેન ☐ ભાઈ ☐ શિબિરની તા.: ૧થી૧૫ બેચ:

(૧) નોકરી અથવા ધંધાની સંપૂર્ણ વિગત: હાઉસ વાઈફ

(૨) શિબિરમાં કેટલા દિવસ હાજર હતા? બધા જ

(૩) આ યોગ કેન્દ્રમાં અભ્યાસ કરવાથી આપને કોઈ શારીરિક તકલીફ (રોગ) માં ફાયદો થયો હોય તો તેની સંપૂર્ણ વિગત. માનસિક સ્ટ્રેસ કે સ્ફૂર્તિમાં ફાયદો થયો હોય તો તે પણ લખવું: આ યોગ કેન્દ્રમાં અભ્યાસથી ઢીંચણની તકલીફમાં સુધારો થયો., બેક પેનમાં સુધારો થયો. માનસિક સ્ટ્રેસ માં ૫ થી ૧૦% સુધારો થયો. પેટના રોગો જેવા કે કબજિયાત, ગેસ અપચોમાં પણ ફાયદો થયો.

(૫) યોગ શિક્ષક દિલીપ ધોળકિયા વિષેનો આપનો અભિપ્રાય: દિલીપ ભાઈ જેવા યોગ ગુરૂ મળવા મુશ્કેલ છે. બીજા બે જગ્યાએ યોગ શિબિર કરી હતી પણ દિલિપભાઈ પદ્ધતિસર અને કરવા માટે ઉત્સાહ જાગે તે રીતે શીખવે છે અને બહુજ બારીકાઈથી ધ્યાન આપે છે.

(વધુ વિગતો માટે પાછળ લખી શકશો) સહી: Nita P Patel

વિશેષ જાણકારી માટે : દિલીપ ધોળકીયા - ૯૮૯૮૨૮૭૬૨૭

Know Yoga Know Peace : No Yoga No Peace

યોગાભ્યાસીની વિગત અને અભિપ્રાય

નામ : ચંદ્રનાથ રમણચંદ્ર વ્યાસ.

સરનામું : બી-૩૪, વલ્લભ ટાવર, સ્વાગત પાર્ટી પ્લોટ ની સામે, સૂર્યગઢ્યે, અમદાવાદ.

ફોન નં.: (ઘર) ૨૭૪૧૫૨૨૮ (ઓ) ૨૫૩૫૧૬૭૭ (મો) ૯૪૨૬૩૫૬૬૩૪

ઉંમર : ૫૧ વર્ષ બહેન ☐ ભાઇ ☑ શિબિરની તા. ૨૭-૮-૦૫ બેચ : સવારની

(૧) નોકરી અથવા ધંધાની સંપૂર્ણ વિગત : ઝોનલ કમ્પ્યુટરાઈઝેશન સેન્ટર, બેંક ઓફ બરોડા, ગાંધીરોડ, અમદાવાદ.

(૨) શિબિરમાં કેટલા દિવસ હાજર હતા ? સંપૂર્ણ (૧૫ દિવસ)

(૩) આ યોગ કેન્દ્રમાં અભ્યાસ કરવાથી આપને કોઇ શારીરિક તકલીફ (રોગ) માં ફાયદો થયો હોય તો તેની સંપૂર્ણ વિગત. માનસિક સ્ટ્રેસ કે સ્ફૂર્તિમાં ફાયદો થયો હોય તો તે પણ લખવું :

શરીર નું વજન ઓછું થયું છે, તેમજ સ્ફૂર્તિ અને માનસિક ફાયદો થયો છે.

પગમાં ઘૂંટણના ઘસારાની તકલીફ ઘણા સમયથી છે તેમાં પણ એ ફેર લાગે છે, અને દુખાવાની દવા લેવી પડતી નથી.

(૫) યોગ શિક્ષક દિલીપ ધોળકિયા વિષેનો આપનો અભિપ્રાય :

બહુજ કાળજીપૂર્વક તેમજ સંપૂર્ણ રીતે શારીરિક જ્ઞાન આપીને શીખવે છે, તેમજ સ્વભાવ પણ સરસ છે કે વારંવાર તેમની શિબિરમાં જોડાવું ગમે. શિબિરમાં જોડાયેલી દરેક વ્યક્તિને ધ્યાન આપી શીખવાડે છે.

(વધુ વિગતો માટે પાછળ લખી શકશો) સહી :

વિશેષ જાણકારી માટે : દિલીપ ધોળકીયા - ૯૮૯૮૨૮૭૬૨૭

Know Yoga Know Peace : No Yoga No Peace

યોગાભ્યાસીની વિગત અને અભિપ્રાય

નામ : પટેલ મીનાબેન હસીતકુમાર.

સરનામું : A. ૨૧ અમૃતલક્ષ્મી એપાર્ટમેન્ટ. પુજન પાર્ટી પ્લોટ ની સામે મેમનગર. રોડ.

ફોન નં.: (ઘર) - (ઓ) - (મો) ૧૪૨૫૩૪૧૦૪૬

ઉંમર : ૫૫ બહેન ☑ ભાઇ ☒ શિબિરની તા. : ૧-૮-૨૦૦૫ બેચ : ૨

(૧) નોકરી અથવા ધંધાની સંપૂર્ણ વિગત : ઘરકામ.

(૨) શિબિરમાં કેટલા દિવસ હાજર હતા? બધાજ

(૩) આ યોગ કેન્દ્રમાં અભ્યાસ કરવાથી આપને કોઇ શારીરિક તકલીફ (રોગ) માં ફાયદો થયો હોય તો તેની સંપૂર્ણ વિગત. માનસિક સ્ટ્રેસ કે સ્ફૂર્તિમાં ફાયદો થયો હોય તો તે પણ લખવું : યોગના અભ્યાસથી શારીરીક તકલીફમાં ચોક્કસ ફાયદો થયો છે. મને કમરમાં તકલીફ હતી. ૧૫ મિનિટ સ્થીર બેસી શકાતું ન હતું તે હવે ૧ કલાક સ્થીર બેસી શકાય છે. શરીરમાંથી આળસ દૂર થઇ ગઇ છે. ક્રોધ પણ ઓછો થઇ ગઇ છે અને દિવસ ભર સ્ફૂર્તિ માં રહેવાય છે.

(૫) યોગ શિક્ષક દિલીપ ધોળકિયા વિષેનો આપનો અભિપ્રાય : દિલીપભાઇ ખરેખર ખુબ સારા યોગ શિક્ષક છે. તેમની શીખવવાની કળા જ બીજા લોકોને યોગ શિબિરમાં ખેંચી લાવે છે. દરેક આસન ખુબ સહજ અને સરળ રીતે શીખવે છે. નાના બાળકથી માંડી ૭૦ વર્ષના વડીલ પણ કરી શકે તેવા પ્રયત્નો છે. વાણી માં મીઠાસ પણ છે તેથી બધા રોજે રોજ યોગ કરે છે.

(વધુ વિગતો માટે પાછળ લખી શકશો) સહી : M. H. Patel.

વિશેષ જાણકારી માટે : દિલીપ ધોળકીયા - ૯૮૯૮૨૮૭૬૨૭

Know Yoga Know Peace : No Yoga No Peace

યોગાભ્યાસીની વિગત અને અભિપ્રાય

નામ: સ્મિતા કે. પરીખ

સરનામું: ૨, નમ્રતા ફ્લેટ્સ, સ્ટેડિયમ પેટ્રોલ પંપ સામે, નવરંગપુરા, અમદાવાદ- ૧૪

ફોન નં.: (ઘર) ૨૬૪૪૪૬૨૩ (ઓ) — (મો) ૯૮૨૫૦૩૪૯૧૧

ઉંમર: ૬૦ બહેન ☑ ભાઈ ☐ શિબિરની તા.: ૦૧/૦૬/૦૪ બેચ: ૮૧૯

(૧) નોકરી અથવા ધંધાની સંપૂર્ણ વિગત: શરાયદ બોંદર.

(૨) શિબિરમાં કેટલા દિવસ હાજર હતા? બધાજ

(૩) આ યોગ કેન્દ્રમાં અભ્યાસ કરવાથી આપને કોઈ શારીરિક તકલીફ (રોગ) માં ફાયદો થયો હોય તો તેની સંપૂર્ણ વિગત. માનસિક સ્ટ્રેસ કે સ્ફૂર્તિમાં ફાયદો થયો હોય તો તે પણ લખવું: આ યોગ કેન્દ્રમાં તાલિમ લીધા બાદ શારીરિક તેમજ માનસિક સ્ફૂર્તિમાં ખુબજ સુધારો થયો છે. દિવસ આખો સ્ફૂર્તિમય જાય છે. નેગેટીવ વિચાર આવતા હતા તે બધા રાહ્ત ગયા છે. નિરાશ અને હ્તાશ જ્વન્તા ઉમ્મીદનું કિરણ લાવે છે આ યોગાભ્યાસ, માત્ર પૈસાના માટેજ નહિ પણ બીજાનો આટ પણ આ જીંદગી કામમાં આવે તેવી લાગણી થાય છે.

(૫) યોગ શિક્ષક દિલીપ ધોળકિયા વિશેનો આપનો અભિપ્રાય: શ્રી દિલીપભાઈ દરેકને પોતાના આત્મજન જેવા લાગે છે તેમને શિક્ષક કહીજ ન શકાય, અને છતાંય કહેવું હોય તો કહેવાય કે એમના શા વધાર ચોખા કોઈ યોગ શિક્ષક હોઈ જ ન શકે. તેઓ શ્રી ખુબજ દિલ દઈને તાલિમ આપે છે. દરેકની ઉપર પુરતું ધ્યાન આપીને કાળજીપૂર્વક યોગ કરાવે છે.

(વધુ વિગતો માટે પાછળ લખી શકશો) સહી: _____

વિશેષ જાણકારી માટે : દિલીપ ધોળકીયા - ૯૮૯૮૨૮૭૬૨૭

Know Yoga Know Peace : No Yoga No Peace

યોગાભ્યાસીની વિગત અને અભિપ્રાય

નામ : નયના રમેશ પરીખ

સરનામું : ૨ અમૃતા એપાર્ટમેન્ટ ... પેટ્રોલ પંપ પાસે ... રોડ નારણપુરા અમદાવાદ

ફોન નં.: (ઘર) ૭૪૩૨૮૭૪ (ઓ) ૭૭૧૦૫૮૭ (મો) —

ઉંમર : ૫૮ બહેન ☑ ભાઈ ☐ શિબિરની તા. : ૨૧/૮/૦૫ બેચ : ૬:૩૦

(૧) નોકરી અથવા ધંધાની સંપૂર્ણ વિગત : મહિલા ઉત્કર્ષ નાગરિક સહકારી બેંક લિ. ... ગુરુકુળ રોડ મેમનગર અમદાવાદ

(૨) શિબિરમાં કેટલા દિવસ હાજર હતા? પૂરા ૨૧

(૩) આ યોગ કેન્દ્રમાં અભ્યાસ કરવાથી આપને કોઈ શારીરિક તકલીફ (રોગ) માં ફાયદો થયો હોય તો તેની સંપૂર્ણ વિગત. માનસિક સ્ટ્રેસ કે સ્ફૂર્તિમાં ફાયદો થયો હોય તો તે પણ લખવું : મને ડીસ્કના સાંધાનો દુખાવો હતો. હું એક શિબિર પણ ... કરી શકતી ન હતી તે તાત્કાલિક પાંચ દિવસ શીબિર ભર્યા ... ૨ ઉંમરના ... દુખાવો થતો હતો તે મટી ગયો. ૩ વર્ષ જૂની ... માં ૭૦% જેટલો સુધારો થયો છે. ૭૦ મિનિટ ... હું મારા શરીરને ભારે ભારે અનુભવતી હતી તે હવે હળવું ફૂલ અનુભવું છું.

(૫) યોગ શિક્ષક દિલીપ ધોળકિયા વિષેનો આપનો અભિપ્રાય :– યોગ શિક્ષક ખુબજ સારી રીતે માર્ગદર્શન આપતા હતા. યોગ વિષે સરળતાથી સમજણ ... વારંવાર સૂચનાઓ આપતા હતા. તેમના નેચર ખુબ જ સારા છે. તેમની ... નિરાભિમાની છે અને તેમના પ્રત્યે ખુબ આદર છે.

(વધુ વિગતો માટે પાછળ લખી શકશો) સહી : ન. ર. પરી

વિશેષ જાણકારી માટે : દિલીપ ધોળકીયા - ૯૮૯૮૨૮૭૬૨૭

Know Yoga Know Peace : No Yoga No Peace

યોગાભ્યાસીની વિગત અને અભિપ્રાય

નામ : ભાવજીભાઈ મોહનભાઈ પટેલ

સરનામું : B/31 તરંગનગર-2 ભીમનગર
ગુરુકુળ રોડ, અમદાવાદ.

ફોન નં.: (ઘર) ૨૭૪૩૦૩૭૨ (ઓ) – (મો) –

ઉંમર : ૭૯ બહેન ☐ ભાઈ ☑ શિબિરની તા. : ૧/૮/૦૫ બેચ : ૧૧૨૮

(૧) નોકરી અથવા ધંધાની સંપૂર્ણ વિગત : નિવૃત
(ખેતીવાડીમાં દેખરેખ)

(૨) શિબિરમાં કેટલા દિવસ હાજર હતા ? રોજેરોજ હાજર

(૩) આ યોગ કેન્દ્રમાં અભ્યાસ કરવાથી આપને કોઈ શારીરિક તકલીફ (રોગ) માં ફાયદો થયો હોય તો તેની સંપૂર્ણ વિગત. માનસિક સ્ટ્રેસ કે સ્ફૂર્તિમાં ફાયદો થયો હોય તો તે પણ લખવું : મને ઘણા સમયથી ડાયાબીટીસ હતો. રોજ સવારે ૮ કીલોમીટર ચાલતુ હુ. સાંજે પણ ૨ Km ચાલતુ હુ. ૧૫ દિવસ શિબિરમાં આપેલ ખોરાક મને ઘણો રાહત રહી છે. મારો ડાયાબીટીસ ૩૫૦ નું હતો. આઠ વર્ષ પહેલા મેં ઘણા ડોક્ટરોના નામ ... સવારે ચાલુ છુ. એ તમે યોગ શીખવાડ્યા તો યોગ પ્રાણાયામ કરું છું. એ ૧૫૦ ડાયાબીટીસ રહે છે.

(૫) યોગ શિક્ષક દિલીપ ધોળકિયા વિષેનો આપનો અભિપ્રાય : શ્રી દિલીપભાઈ સમયને માન આપવા વાળા વ્યક્તિ છે. યોગ વિષે મને તેમના પ્રાયોગિક સાથે જ્ઞાન મળ્યું છે. તેમનો સ્વભાવ ખુબ હસમુખો છે. ~~...~~ યોગમાં સમય ઉપર હાજર થવુ. નિયમીતતા થી સેવા આપવા આવુ બીજા કોઈ મારૂ ૫૦% દુઃખ ઓછું થઈ ગયું છે.

(વધુ વિગતો માટે પાછળ લખી શકશો) સહી : ભાવજીભાઈ.એમ.પટેલ

વિશેષ જાણકારી માટે : દિલીપ ધોળકીયા - ૯૮૯૮૨૮૭૬૨૭

Know Yoga Know Peace : No Yoga No Peace

યોગાભ્યાસીની વિગત અને અભિપ્રાય

નામ : પટેલ કાંતિભાઈ કરસનભાઈ

સરનામું : બી/૮ સુદર્શન એપાર્ટમેન્ટ, લક્ષ્મીનગર-૨ સામે, સાંઈ મંદિર પાછળ, ઘાટલોડિયા, અમદાવાદ-૬૧

ફોન નં.: (ઘર) 27433263 (ઓ) ______ (મો) ______

ઉંમર : ૬૦ બહેન ☐ ભાઈ ☑ શિબિરની તા. : ૧૨/૬/૦૫ બેચ : ______

(૧) નોકરી અથવા ધંધાની સંપૂર્ણ વિગત : નિવૃત્ત જીવન

(૨) શિબિરમાં કેટલા દિવસ હાજર હતા? ૧૨ દિવસ

(૩) આ યોગ કેન્દ્રમાં અભ્યાસ કરવાથી આપને કોઇ શારીરિક તકલીફ (રોગ) માં ફાયદો થયો હોય તો તેની સંપૂર્ણ વિગત. માનસિક સ્ટ્રેસ કે સ્ફૂર્તિમાં ફાયદો થયો હોય તો તે પણ લખવું : મને ડાયાબિટીસ થયેલ તેમાં બ્લડ સુગર રિપોર્ટ ૨૧૨ % જેટલા પાણીનું પ્રમાણ હતું. આ યોગ શિબિરમાં જોડાયા પછી બ્લડ સુગર રિપોર્ટમાં ૧૪૨ % પ્રમાણ થઈ ગયું. તેથી મને ડાયાબિટીસમાં રાહત થઈ રહી લાગ્યું. મારા દૈનિક જીવનમાં નિયમિતતા આવવાથી હું વહેલી સવારે ૫ વાગે નિયમિત ઊઠી સવારની શૌચ ક્રિયાઓ પતાવી, ધ્યાન પ્રાર્થના, ઈત્યાદિ મને માનસિક શાંતિ મળી છે તેમજ શારીરિક સ્ફૂર્તિ મળેલ છે

(૫) યોગ શિક્ષક દિલીપ ધોળકિયા વિષેનો આપનો અભિપ્રાય : શ્રી ધોળકિયાજી ખરેખર યોગ શિક્ષક તરીકે સફળ છે. તેમની યોગ શીખવવાની તાલીમ એવી રીતે દર્શાવીને ધીરે ધીરે સાચી નિયમબદ્ધ પદ્ધતિથી પ્રગતિ કરાવે વધારવાની તાલીમ મારા સમૂહને તેમની પદ્ધતિ દાદ માંગી લે તેવી છે. વળી તેમનો સ્વભાવ ઘણો ભાવભર્યો હોવાથી તેમની દરેક સમાજમાં ઊંચી લોકપ્રિયતા છે ખરેખર તેઓ આદર્શ યોગ શિક્ષક છે

(વધુ વિગતો માટે પાછળ લખી શકશો) સહી : પટેલ કાંતિભાઈ

વિશેષ જાણકારી માટે : દિલીપ ધોળકીયા - ૯૮૯૮૨૮૭૬૨૭

વિના મૂલ્યે...

આસન-પ્રાણાયામ-ધ્યાનની શિબિર રાખવા માટેની જરૂરિયાતો

૧. ઓછામાં ઓછા ૫૦ અને વધુમાં ૨૦૦ શિબિરાર્થીઓની હાજરી.

૨. ૧૫ વર્ષથી વધુ ઉંમર - ૨૦૦૦ સ્કે. ફૂટ અથવા તેનાથી મોટો હૉલ - શિબિર ૧૦ દિવસની રહેશે.

૩. સાઉન્ડ સિસ્ટમ અને ડેમોસ્ટ્રેશન માટે છ ફૂટ બાય ૩ ફૂટની પાટ અને જાજમ. સમય રોજ એક કલાક.

૪. શિબિર ગુજરાતી અથવા હિન્દી ભાષામાં રહેશે.

૫. શિબિરના છેલ્લા દિવસે પુસ્તક, સી.ડી.ની વેચાણ વ્યવસ્થા.

૬. શિબિર પૂરી થયા પછી શિબિરાર્થીઓને થયેલ લાભ અને આભાર વ્યક્ત કરતો પત્ર મોકલવાનો રહેશે.

નીચેના સરનામા ઉપર વિનંતી પત્ર મોકલવો.

શિબિર માટે સંપર્ક :-

દિલીપ ધોળકિયા ૩/૪, આંકન ઍપાર્ટમૅન્ટ, ગોવર્ધન (ભગવાન) પાર્ટી પ્લોટ પાસે, થલતેજ ગામ, અમદાવાદ-૩૮૦૦૫૯.

(ઘર) ૦૭૯-૨૬૮૫૨૩૧૦ (મો.) ૯૮૯૮૨૮૭૬૨૭.

પુસ્તકમાં આસનોના ફોટા માટે આભાર

જાગૃતિ ધોળકિયા	- લેખકની પત્ની અને યોગશિક્ષિકા
દિપ ધોળકિયા	- લેખકનો પુત્ર અને યોગશિક્ષક
શિવાની ભંડારી	- ઈલેક્ટ્રોથર્મના માલિક, શૈલેષ ભંડારીની પુત્રી
હિમા ધોળકિયા	- લેખકની પુત્રી

☎ : ૨૬૯૩૧૧૧૪

શ્રી સર્વોપરી ભગવાન સ્વામિનારાયણ એજ્યુકેશન ટ્રસ્ટ

સંચાલિત

સેન્ટ અબજીબાપા હાઈસ્કૂલ

નયનાબેન જે. સોલંકી
પ્રિન્સીપાલ

જે. બી. સોલંકી
મેનેજીંગ ટ્રસ્ટી

S. S. C. INDEX No. 51-227
રેલ્વે ક્રોસીંગ પાસે, જીવરાજપાર્ક,
અમદાવાદ-૩૮૦ ૦૫૧.

તા. ૭/૦૮/૨૦૦૭

ગાગરમાં સાગર સમાવિષ્ટ સમું આ પુસ્તક ખુબજ લોકોપયોગી બને એવી અંતરની શુભેચ્છા.

શ્રી દિલિપભાઈ ધોળકીયા ના યોગાભ્યાસની જીવંત પ્રતિકૃતિ એટલે આ પુસ્તક.

જનહિતાર્થે તેનો વધુમાં વધુ ઉપયોગ થાય એ જ એનું સાર્થક્ય.

જે. બી. સોલંકી
મેનેજીંગ ડાયરેક્ટર
સેન્ટ અબજીબાપા હાઈસ્કૂ.

નયનાબેન જે. સોલંકી

PRINCIPAL
SAINT ABJIBAPA HIGH SCHOOL
JIVRAJPARK, AHMEDABAD.

भारतीय लेखा तथा लेखा परीक्षा विभाग
कार्यालय प्रधान महालेखाकार (वाणिज्य तथा प्राप्ति लेखा परीक्षा)
गुजरात, अहमदाबाद - 380 009.
INDIAN AUDIT & ACCOUNTS DEPARTMENT
Office of the Pr. Accountant General (C & R Audit)
Gujarat, Ahmedabad - 380 009.

सत्यमेव जयते

संख्या कल्याण अनुभाग/सामाजिक एवं सांस्कृतिक प्रवृतियाँ/2006-07
दिनांक :
Date : 03.08.2006

आदरणीय योग शिक्षक श्री दिलीपभाई धोलकिया द्वारा हमारे कार्यालय में दिनाँक 17.07.2006 से 04.08.2006 तक योग शिबिर का आयोजन किया गया था। जिसमें कार्यालय के कुल 60 कर्मचारियों ने बहुत उत्साह से भाग लिया, जिसमें 35 महिलाएँ भी शामिल थी। योग के फलस्वरूप कर्मचारियों को काफी लाभ हुआ है। मानसिक तनाव, घुटनों का दर्द, अनिद्रा, आलस, आत्मविश्वास का अभाव, डायबिटीस, ब्लड़-प्रेशर जैसी समस्याओं के निराकरण में काफी लाभ हुआ है। अन्य शिबिरों की अपेक्षा इस शिबिर की विशेष उपलब्धियाँ ये है कि इसमें योग के संर्वागी उपयोग का विधिवत प्रशिक्षण दिया जाता है।

श्री दिलीपभाई ने योग शिबिर द्वारा हमारे कर्मचारियों को जो प्रशिक्षण और ज्ञान दिया इसके लिए हमारा कार्यालय उनका आभारी है और इस बात की अपेक्षा रखता है कि वे अपना बहुमूल्य समय देकर भविष्य में भी हमारा जीवन के प्रति उत्साह बढ़ाएगे।

साधन्यवाद

कल्याण अधिकारी

'ऑडीट भवन,' नवरंगपुरा, अहमदाबाद - 380 009. 'Audit Bhavan', Navrangpura, Ahmedabad - 380 009. (P.B. No. 4213)
Phone : 079-26560995 Fax : 079-26561853 e-mail : pagabad1@sancharnet.in

सच्चपुरुषान्यताख्यातिमात्रस्य सर्वभावाधिष्ठातृत्वं सर्व ज्ञातृत्वं च ॥ ५० ॥ 177

GRASIM

ADITYA BIRLA GROUP

તા.૧૬/૧૦/૨૦૦૭

જે તે સંબંધિત વ્યક્તિ માટે

આથી પ્રમાણીત કરવામા આવે છે કે અમદાવાદના શ્રી દિલીપભાઈ ધોળકીયાએ અમારી કંપનીમાં મેનેજમેન્ટ સ્ટાફ અને તેમના બેટરહફ માટે તા:૧૮/૦૯/૨૦૦૭ થી ૧૭/૧૦/૨૦૦૭ સુધી યોગ શિબિરનું સફળપૂર્વક સંચાલન કરેલ છે. અમારા સ્ટાફના ભાગ લેનાર તમામ સભ્યો તરફથી આ શિબિર માટે ખુબ જ સારી પ્રતિભાવ મળેલ છે અને તે ખુબ જ ઉપયોગી અને લાભદાયક સાબિત થયેલ છે.

આ યોગશિબિરમાં શ્રી દિલીપભાઈએ યોગાસન. પ્રાણાયામ અને ધ્યાન અંગે પ્રેક્ટીસ સાથે સરળ ભાષામાં સમજાવેલ.
આ શિબિરમાં ભાગ લેનારાઓ વધુ ઉત્સાહી. અને સ્વાસ્થમાં સુધારાની લાગણી અનુભવી છે. ઘણાઓએ ઓછી ચીંતા અને વધુ શાંતી અનુભવી છે. કેટલાકને કબજિયાત અને એસિડીટીમાં રાહત થવાના કારણે તેમની ઉઘવાની શૈલીમાં ખુબ જ સુધારો થયેલ છે. ઘણાને યોગાસનના અભ્યાસથી પીઠના દર્દમાં રાહત મળેલ છે. કેટલાક ભાગ લેનારાઓના લચીલાપનમાં સુધારાના કારણે તેમના તણાવનું સ્તર ખુબ ઓછું થયેલ છે તેથી તેમની એકાગ્રતામાં વધારો થયેલ છે.

શ્રી દિલીપભાઈ એક શ્રેષ્ઠ પ્રશિક્ષક. સારુ સમતોલન ધરાવતા અને વ્યવસ્થિત વ્યક્તિ છે. શિબિરમાં ભાગ લેનારનો સમુહ ૨૫ થી ૭૦ વર્ષનું હોવા છતાં તેઓએ દરેક ભાગ લેનારાઓને એક જૂથ તરીકે વિવિધ આસનોને સહેલાઈથી સમજાવેલ છે. તેઓએ દરેક આસનો પાછળના કારણો અને તેના લાભો ખુબ સ્પષ્ટ રીતે સમજાવેલ છે.

અમો શ્રી દિલીપભાઈની ઉજવળ ભવિષ્ય માટે કામના કરીએ છીએ.

બિરલા સેલ્યુલોઝીક વતી,

એસ. વી. કુલકર્ણી
સિનીયર એક્ઝીક્યુટીવ પ્રેસિડેન્ટ

Birla Cellulose
BIRLA CELLULOSIC

Works : Birladham, Kharach, Kosamba R.S. - 394 120. Dist. Bharuch (Gujarat), INDIA. Phone : (02646) 270001-005, 270301-305 Fax : 270010 & 270310
Liaison Office : 7th Floor, Sidcup Tower, Near Marble Arch, Race Course Circle, VADODARA - 390 007. Phone : (0265) 2341467/89, 2350805/6. Fax : (0265) 2339626

भारतीय रिज़र्व बैंक

RESERVE BANK OF INDIA

www.rbi.org.in

16 मार्च, 2007

आदरणीय योग शिक्षक श्री दिलीपभाई धोलकिया द्वारा हमारे कार्यालय में दिनांक 01 से 16 मार्च, 2007 तक योग शिविर का आयोजन किया गया था। इसमें 10 महिलाओं सहित कार्यालय के कुल 50 कर्मचारियों ने बहुत उत्साह से भाग लिया। योग के फलस्वरूप कर्मचारियों को काफी लाभ हुआ है। मानसिक तनाव, घुटनों का दर्द, अनिद्रा, आत्मविश्वास का अभाव, डायबिटीज़, ब्लडप्रेशर जैसी समस्याओं के निराकरण में योग के प्रभाव के बारे में महत्तम जानकारी प्राप्त हुई है। अन्य शिविरों की अपेक्षा इस शिविर की विशेष उपलब्धि यह है कि इसमें योग के सर्वांगी उपयोग का विधिवत् प्रशिक्षण दिया जाता है।

श्री दिलीपभाई ने योग शिविर द्वारा हमारे कर्मचारियों को जो प्रशिक्षण और ज्ञान दिया उसके लिए हमारा कार्यालय उनके प्रति धन्यवाद प्रदर्शित करता है और इस बात की अपेक्षा रखता है कि वे अपना बहुमूल्य समय देकर भविष्य में भी हमारा जीवन के प्रति उत्साह बढ़ाएंगे।

डी. बी. जाजल

प्रभारी अधिकारी

प्रशासन और कार्मिक प्रबंध विभाग, गांधी पुल के पास, पोस्ट बैग सं.1, अहमदाबाद – 380 014

फोन:+91 79 754 2057/+91 79 754 3057, फैक्स:754 1993 ई-मेल:rdahmedabad@rbi.org.in

Department of Administration & Personnel Management, Near Gandhi Bridge, Post Bag No.1, Ahmedabad - 380 014

Tel: +91 79 754 2057/+91 79 754 3057 Fax: 754 1993 E-mail: rdahmedabad @ rbi.org.in

हिन्दी आसान है , इसका प्रयोग बढाइए

स्थान्युपनिमन्त्रणे सङ्गस्मयाकरणं पुनरनिष्टप्रसङ्गात् ॥ ५२ ॥

KARNAVATI CLUB LIMITED

Gandhinagar - Sarkhej Highway, Ahmedabad - 380 058.
Phone : 2692 6060, 2692 9090, 26926013, 2692 8273 Fax : 2692 9748

પ્રમાણપત્ર

યોગ શિક્ષક શ્રી દિલીપભાઈ ધોળકીયાએ ક્લબમાં ડાયાબિટિસ અને બ્લડ પ્રેશરના નિયંત્રણ માટેની યોગશિબિર તા. ૧-૩-૨૦૦૬ થી તા. ૨૦-૩-૨૦૦૬ સુધીની કરેલી. જેમાં સભ્યશ્રીઓએ ઉત્સાહથી ભાગ લઈ લાભ લીધેલ. તેના ખૂબ સારા પરિણામો જેવા કે માનસિક સ્ટ્રેસ, ગોઠણના દુ:ખાવા, ઉંઘ ન આવવાની તકલીફમાં ફાયદો, સ્ફૂર્તિ, કામ કરવાની શક્તિ, આત્મવિશ્વાસ અને આધ્યાત્મિકતામાં વધારો, ડાયાબિટિસ-બ્લડ પ્રેશરમાં ફાયદો થયેલ છે. અગાઉ ઘણી યોગ શિબિરોમાં ભાગ લીધેલો પણ આ શિબિરમાં કંઈક નવો જ અનુભવ થયો છે અને ખરેખર યોગ શું છે, યોગ શા માટે, યોગની સાચી પધ્ધતિ, યોગના સાચા ફાયદા અનુભવ્યા, વહેલા ઉઠવાની આદત પડી. આ અને આવા ઘણા જ ફાયદાઓ થયા છે.

ક્લબ અને સભ્યશ્રીઓ વતી શ્રી દિલીપભાઈ ધોળકીયાનો ખૂબ ખૂબ આભાર. અવારનવાર આવી શિબિરો યોજી સભ્યશ્રીઓને લાભ મળે એવી આશા સાથે.

ધન્યવાદ.

જનરલ મેનેજર
કર્ણાવતી ક્લબ લી.

(આર. કે. ભટ્ટ)

क्षणतत्क्रमयोः संयमाद्विवेकजं ज्ञानम् ॥ ५३ ॥

Sports Club
The Sports Club of Gujarat Ltd.

Sardar Patel Stadium, Navrangpura, AHMEDABAD 380 014.
Tel: 079-26440371/73, 26560597 ÿ Fax: 079-26440514 ÿ Website: www.sportsclub-gujarat.com
Email: mailbox@sportsclub-gujarat.com

એસસીજી/ ૧૧૯૭ /૨૦૦૬
તારીખઃ– ૦૨ /૦૨/૨૦૦૬

યોગ શિક્ષક શ્રી દિલીપભાઈ ધોળકિયાએ કલબમાં ડાયાબીટીસ અને બ્લડ પ્રેશરનાં નિયંત્રણ માટેની યોગશિબિર તાઃ ૨–૧–૦૬ થી ૧૬–૧–૦૬ સુધીની કરેલી જેમાં કલબના મેમ્બરોએ ઉત્સાહથી ભાગ લઈ લાભ લીધેલ જેના ખુબ સારા પરિણામો જેવા કે, માનસિક સ્ટ્રેસ, ગોઠણના દુઃખાવા, ઉંઘ ન આવવાની તકલીફમાં ફાયદો થયો, સ્ફર્તિમાં વધારો, કામ કરવાની શકિતમાં વધારો, આત્મવિશ્વાસમાં વધારો, આધ્યામીકતામાં વધારો, ડાયાબીટીસ બ્લડ પ્રેશરમાં ફાયદો થયેલ છે. અગાઉ ધણી યોગ શિબિરોમાં ભાગ લીધેલો પણ આ શિબિરમાં કઈક નવો જ અનુભવ થયો છે અને ખરેખર યોગ શુ છે, યોગ શા માટે, યોગની સાચી પધ્ધતિ યોગના સાચા ફાયદા અનુભવ્યા, વહેલા ઉઠવાની આદત પડી આ અને આવા ધણા જ ફાયદા થયા છે.

કલબ વતી મેમ્બરો વતી શ્રી દિલીપભાઈ ધોળકિયાનો ખુબ ખુબ આભાર અવાર નવાર આવી શિબિરો યોજી મેમ્બરોને લાભ મળે એવી આશા સાથે.

મયુર આર.શાહ
એડમી. મેનેજર

All correspondence to be addressed to the Hon. Secretary.

આદર્શ અમદાવાદ

(હિંમતભાઈ શામળદાસ શાહ શાસનસેવા ચેરીટેબલ ટ્રસ્ટ, રજિ.નં.E/15232,અમદાવાદ દ્વારા સંચાલિત)
"નેહલ", સ્થાનકવાસી જૈન ઉપાશ્રયની બાજુમાં, કોમર્સ કોલેજ છ રસ્તા પાસે, નવરંગપુરા,
અમદાવાદ–380 009 ફોન નં. : 65215254 , 26565416.
E-mail : aadarshamdavad@yahoo.co.in   website: www.aadarshamdavad.org

પ્રમાણપત્ર

આથી પ્રમાણપત્ર આપવામાં આવે છે કે **શ્રી દિલીપભાઈ ધોળકીયા** એ 'આદર્શ અમદાવાદ' માં તા.
11-9-2004 થી તા.30-9-2006 સુધી 'યોગ નિયામક' તરીકે સેવાઓ આપેલ છે.

તેઓશ્રીના કાર્યકાળ દરમ્યાન જણાયું છે કે તેઓ 'યોગ'(આસન-પ્રાણાયામ-ધ્યાન-શુદ્ધિક્રિયાઓ) ના
ખૂબ સારા જાણકાર છે અને 15 દિવસની યોગ શિબિરનું ખૂબ સારી રીતે સંચાલન કરીને યોગ શીખવા
ઇચ્છુક સાધકોના મનને ખૂબ પ્રભાવિત કરી શકે છે.

અમદાવાદ શહેરમાં પાંચ વર્ષમાં વિનામૂલ્યે ચાલતાં 600 યોગકેન્દ્રો સ્થાપવાના અને તે માટે 1000
સ્વયંસેવક યોગશિક્ષકો તૈયાર કરીને અમદાવાદને યોગસીટીનું બીરુદ અપાવવાના 'આદર્શ અમદાવાદ'ના
ધ્યેયને સાકાર કરવાનું બીડું તેઓશ્રીએ ઝડપેલ હતું. આ પેટે 75 જેટલી વ્યક્તિઓએ યોગશિક્ષકોની
તાલીમ આપેલ અને તેઓશ્રીએ અમદાવાદ શહેરમાં અનેક સ્થળોએ 15 દિવસની શિબિરો પણ યોજેલ
હતી જેના ખૂબ જ સારા પ્રતિભાવો મળ્યા છે.

યોગસાધનાના માર્ગે ખૂબ પ્રગતિ કરે એવી શુભેચ્છા પાઠવીએ છીએ.

અમદાવાદ   }
તા.20-10-2006 }

(કીરીટ શાહ) ૨૦|૧૦|૦૬
વ્યવસ્થાપક

તારકં સર્વવિષયં સર્વથાવિષયમક્રમં ચેતિ વિવેકજં જ્ઞાનમ્ ॥ ૫૫ ॥